தி. சுப்பிரமணியன் (பி. 1952) பண்டைய வரலாறு மற்றும் தொல்லியலில் முதுகலைப் பட்டமும் 'தகடூர்ப் பகுதியில் தொல்பழங்காலம்' என்னும் தலைப்பில் முனைவர் பட்டமும் பெற்றிருக்கிறார். பத்துக்கும் மேற்பட்ட அகழாய்வுப் பணிகளில் ஈடுபட்டுள்ளார். தமிழகத்தில் பெருங்கற்காலப் பண்பாடு, தொல்பழங்காலம் உள்பட தொல்லியலில் பல முக்கியமான நூல்களையும் ஐம்பதுக்கும் மேற்பட்ட ஆய்வுக் கட்டுரைகளையும் எழுதியிருக்கிறார். களப்பணியிலும் பண்பாட்டு ஆய்விலும் மிகுந்த ஆர்வமுடையவர். முப்பது ஆண்டுகள் தமிழகத் தொல்லியல்துறையில் பணியாற்றி, உதவி இயக்குநராகி பணி ஓய்வு பெற்றிருக்கிறார். தற்போது கிருஷ்ணகிரி மாவட்டம் மூங்கம்பட்டியில் வசிக்கிறார்.

முரசுப் பறையர்

வரலாறு சமூகம் பண்பாடு

தி. சுப்பிரமணியன்

அடையாளம்

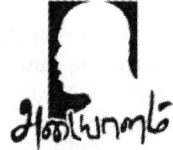

முதல் பதிப்பு 2018
© தி. சுப்பிரமணியன்
வெளியீடு: அடையாளம், 1205/1 கருப்பூர் சாலை, புத்தாநத்தம் 621310, திருச்சி மாவட்டம், இந்தியா, தொலைபேசி: 04332 273444
நூல் வடிவம்: த பாபிரஸ், அச்சாக்கம்: அடையாளம் பிரஸ், இந்தியா
ISBN 978 81 7720 283 0
விலை: ₹ 150

Murasup paraiyar is a historical and socio-cultural perspective on Murasup Paraiyars in Tamil by T. Subramanian, Published by Adaiyaalam, 1205/1 Karupur Road, Puthanatham 621310, Thiruchirappalli District, Tamilnadu, India, email: info@adaiyaalam.net

பொருளடக்கம்

	அறிமுகம் - முனைவர் பக்தவத்சல பாரதி	vii
	முன்னுரை	xii
1	முரசு நாடு	1
2	தொல்பழங்கால சமுதாய அமைப்பு	12
3	பறையர்களின் தோற்றம் பற்றிய வழக்காறுகள்	34
4	குருவைய்யரும் குலதெய்வமும்	45
5	தேசத்துச் செட்டி - சலவாதி	53
6	குலங்களும் திருமணமும்	65
7	சமுதாய அமைப்பு	81
8	ஊர்ப் பண்டிகையும் அதன் நோக்கமும்	96
	முடிவுரை	112
	பின்னிணைப்புகள்	
	1. அயோத்திதாசப் பண்டிதர்	121
	2. விழாக்கள்	126
	3. கல்யாணப் பாடல்கள்	133
	உசாத்துணை	140

அறிமுகம்

முனைவர் பக்தவத்சல பாரதி
புதுச்சேரி மொழியியல் பண்பாட்டு ஆராய்ச்சி நிறுவனம், புதுச்சேரி

இந்த நூலின் ஆசிரியர் முனைவர் தி. சுப்பிரமணியன் தமிழக அரசின் தொல்லியல் துறையில் உதவி இயக்குநராகப் பணியாற்றி ஓய்வு பெற்றவர். தொல்லியல் ஆய்வுகள், வரலாற்று ஆய்வுகள், குறுமன் பழங்குடி பற்றிய ஆய்வு முதலானவற்றின் மூலம் மிகுந்த கவனத்தைப் பெற்றவர். இப்போது முரசுப் பறையர் நூலை எழுதியிருக்கிறார். தொல்லியல், வரலாறு, சமூகம் மூன்றும் நேர்க்கோட்டில் தொடர் புடைய துறைகள். இந்த மூன்று துறைகளிலும் பங்களித்திருப்பவர் சுப்பிரமணியன்.

நமது மரபு வழக்காறுகளால் ஆனது; மனிதர்களால் அல்ல. வழக்காறுகள் தலைமுறைகளைத் தாண்டியும், காலங்களைக் கடந்தும் நிலைபெறுபவை. மனிதர்கள் தலைமுறைகளை மட்டுமே காண்பவர்கள். வழக்காறுகள் நிலைபேறு கொண்டவை என்றாலும், சில சமூகங்களின் வழக்காறுகள் மையமாகவும், சில சமூகங்களின் வழக்காறுகள் விளிம்பிலும் நிற்கின்றன. தலித்மக்களின் வழக்காறு களும் மரபுகளும் இன்று மாற்று மரபுகளாகவும் எதிர் மரபுகளாகவும் காணக்கூடிய அடையாளச் சிக்கலை எதிர்கொண்டுள்ளன.

முரசுப் பறையர் தமிழகச் சூழலில் தலித் சொல்லாடலைப் புதிய பரிமாணத்தில் விரிவுபடுத்துகிறது; கூர்மைப்படுத்துகிறது. தமிழகம் ஒற்றையடுக்கு கொண்ட சாதியமைப்பைச் சோழர்காலத்தோடு இழந்து விட்டது. தமிழ்ச் சாதிகள் மீது தெலுங்குச் சாதிகள்; அவற்றின் மீது கன்னடச் சாதிகள்; அவற்றின் மீது மலையாளச் சாதிகள் படிந்துள்ளன. காஞ்சிபுரம், தஞ்சாவூர், மதுரை முதலான இடங்களில் சௌராஷ்டிர சாதிகள். சென்னை, கோவை உள்ளிட்ட மாநகரங்களில் வடஇந்தியச் சாதிகள். இத்தகைய பன்மையடுக்கு கொண்ட நவீன தமிழ்ச் சமூகத்தின் அசைவியக்கம் பற்றி நமக்குப் புரிதல் இல்லை என்பது உண்மை.

தமிழகத்தில் இடைக்காலத்திலிருந்தே ஒன்றின்மேல் ஒன்றாக அடுக்கப்பட்ட இந்தப் பன்மையடுக்குச் சாதிகளின் இயக்கம் வேகம் பெற்றது. இது ஒருபுறமிருக்க, வரலாற்றின் காலகதியில் தமிழ் மன்னர்களின் ஆட்சிப் பரப்பு பல திசைகளிலும் விரிந்து சென்றது. இன்னொரு கட்டத்தில் அயல் ஆட்சிகளின் பரப்புகள் தமிழ்த் தேசத்தின் மீது விரிந்துவந்தன. இதனால் பல அடுக்குப் பண்பாட்டுப் படிமங்கள் மறுபுறம் அசைவியக்கம் பெற்றன. தென்னம்மட்டையில் கீற்று பின்னுவது போன்று ஒன்றின் மேல் ஒன்று ஏறி நிற்கும் பன்மைப் பண்பாட்டு அடுக்குகள் (cultural overlapping) உருப்பெற்றன.

இத்தகைய சூழலைக் கருத்தில்கொண்டு தமிழ்ச் சமூக அசை வியக்கங்களைப் புரிந்துகொள்ள வேண்டியுள்ளது. பிராமணர் அல்லாதாரை விடுத்துப் பிராமணர்களைப் புரிந்துகொள்ள முடியாது என்பது போல, அயல் சாதிகளை விடுத்துத் தமிழ்ச் சாதிகளைப் புரிந்து கொள்ள முடியாது. இன்று தமிழகத்தில் 364 சமூகங்கள் உள்ளன. அவற்றில் 209 சமூகங்களே தமிழ்ச் சமூகங்கள். மற்றவை 155. அவற்றில் தெலுங்குச் சமூகங்கள் 70, கன்னடச் சமூகங்கள் 25, மலையாளச் சமூகங்கள் 21, உருதுச் சமூகங்கள் 15, குஜராத்தியர் 5, பிற வட இந்தியச் சமூகங்கள் 32.

முரசுப் பறையர்கள் கர்நாடகாவிலிருந்து தமிழகம் வந்து குடியமர்ந்தவர்கள். இவர்களை ஒத்த முரசுக் கொங்கரு, முரசுப் பறையரு, திகலரு, புட்ட ஒலையரு, ஒலையரு, முரசு பள்ளி, மக்கதூர் ஆகிய ஏழு கன்னடம் பேசும் சமூகத்தாரும் தமிழகத்தில் உள்ளனர். இன்று தமிழகத்தில் தமிழ்ப் பிராமணர், கன்னட பிராமணர், கேரளப் பிராமணர், சௌராஷ்டிர பிராமணர், குஜராத்தி பிராமணர், மராட்டி பிராமணர் எனும் பன்மைநிலை போன்று, பறையர்களிலும் இப்படியான பன்மை அடுக்குமுறை உண்டு.

தமிழ்ச் சூழலைப் பொறுத்தவரை சாதிப்படிநிலையில் ஒரு துருவத்தில் உள்ள பிராமணர்கள் பற்றியோ, மறு துருவத்தில் உள்ள பஞ்சமர்கள் பற்றியோ நுட்பமான இனவரைவியல் நம்மிடம் இல்லை. தென் தமிழகத்தில் வாழும் பறையர்களைப் பற்றி ராபர்ட் டெலீஜ் செய்த ஆய்வும் (1997), செங்கல்பட்டுப் பகுதியில் வாழும் பறையர் களைப் பற்றி மிஷல் மொஃபாத் செய்த ஆய்வும் (1979) தமிழகப் பறையர்களைப் பற்றி அறிய உதவும் இனவரைவியல்களாகும். இந்த இரண்டு ஆய்வுகளும் கீழைத்தேயவியம் (orientalism) சார்ந்தவை.

மேற்கூறிய இருவரில், மிஷல் மொஃபாத்தின் புரிதல் நம்மை வியப்பில் ஆழ்த்துகிறது. தீண்டத்தக்க சாதியாராகிய பிராமணர் தொடங்கி, மற்றவருக்கு ஊழியம் செய்யும் சேவைச் சாதியாராகிய வண்ணார், அம்பட்டர்வரை காணப்படும் படிநிலை போன்று தீண்டத் தகாதவராக அமுக்கப்பட்ட அடித்தளச் சாதிகளிடம் வள்ளுவர், பறையர் தொடங்கிச் சக்கிலியர் வரை ஒரு படிநிலை காணப்படுகிறது என்கிறார் மொஃபாத். இது மேல்சாதியாரின் படிநிலைத் தத்துவத்தை அப்படியே பதியம் போடுவதாகவும் (replication), அதனை ஏற்றுக்கொள்வதாகவும் (consensus) உள்ளது என்கிறார். அடித்தளச் சாதியாருக்கு வள்ளுவர் பூசகராகவும் இம்மக்களுக்கென்று தனியாக வண்ணார், அம்பட்டர்கள் ஊழியம் செய்பவராகவும், இன்னும் சில சேவைச் சாதிகளையடுத்துச் சக்கிலியர் அடிநிலையில் தீண்டத் தகாதவராகவும் இருக்கின்றனர் என்ற ஒரு சாதிச் சட்டகத்தைப் பொருத்திச் சாதிமுறையை வலுப்படுத்திக் காட்டுகிறார். தமிழகத்தில் அடித்தளச் சாதியார் மாற்று மரபினராகவும் எதிர் மரபினராகவும் (இவர்களை இயல் மரபினர் என்று சொல்ல வேண்டும்) காணக்கூடிய வரலாற்று நிலைப்பாடுகள் மொஃபாத் பார்வைக்குப் புலனாகாமலே போய்விட்டது.

இத்தகைய சூழலில் அகவயமான பார்வைகொண்டு அணுகக்கூடிய இனவரைவியல்கள் நமக்குத் தேவை. முனைவர் தி. சுப்பிரமணியன் முன்னெடுத்துள்ள முரசுப் பறையர் அகவயப் பார்வை (emic approach) கொண்டது. தமிழ்ச் சூழலில் சாதிகளும் சாதியமும் எவ்வாறு தொழிற் பட்டு வந்துள்ளன என்பதை அறிவதற்கு இத்தகைய மாற்றுப் புரிதல்கள் தேவை. அதற்கு முரசுப் பறையர் ஒரு புதுவரவாக வந்துள்ளது.

சீமைக் கத்தரிக்காய் வந்த பிறகுதான் நம்முடைய கத்தரிக்காய் 'நாட்டுக் கத்தரிக்காய்' என்று பெயர்பெற்றதுபோல, தமிழகத்தில் புலம்பெயர் பறையர்கள் வந்தபிறகுதான் சமூக அடையாளங்கள் மாறத் தொடங்கின; ஊழியப் பரிமாற்றங்களும் தொழிலுறவுகளும் மறு வரையறை பெற்றன. இத்தகைய நுட்பங்களிலிருந்து இந்த நூலின் வாசிப்புத் தொடங்குகிறது.

வள்ளுவர், பறையர், சாம்பவர், புதிரை வண்ணார், தோட்டி, வெட்டியார், வில்லியர், சக்கிலி என விரியும் அடித்தளச் சாதிகள் அவர்களுடைய சேரியோடு தன்னிறைவோ தற்சார்போ பெறவில்லை. 'ஊர் வாழ சேரிவேண்டும்' எனும் ஊழியச் சார்பியல் சாதிய

இயங்கியலில் அகவயமாக விவாதிக்கப் பெறவில்லை. பார்ப்பானுக்கு மூப்பன் பறையன் எனும் 'நெருங்கிய விரோதி' (intimate enemy) கருத்தினத்தையும் ஆராயவில்லை. ஊழியச் சார்பியலை ஏற்றுக் கொண்டு அவர்களை அங்கீகரித்துக்கொண்டே 'அடையாள நீக்கம்' (disidentification) செய்வதன் கருத்தினத்தையும் நாம் இதுவரை அகவய முறையில் ஆராயவில்லை. மனித சமூகத்தில் சமூகக் குழுக்கள் எக்காலத்திற்கும் தொடர்ந்து விரோதம் கொண்டவையாகப் பிறக்க வில்லை. அப்படியாக அவை தொடர்ந்து நிலைபெறவும் இல்லை. இது பற்றிய விவாதங்கள் சிலவற்றை ஆய்வாளர்கள் தொடங்கி யிருந்தாலும், மேலும் புதிய புதிய தரவுகளைக்கொண்டு அதன் நுட்பங்களுக்குள் செல்லவேண்டும். அதற்கு முரசுப் பறையர் ஒரு புதிய களத்தைக் காட்டுகிறது.

தி. சுப்பிரமணியன் எழுதியுள்ள முரசுப் பறையர் ஒரு தனிவரைவு சார்ந்த இனவரைவியல். முரசு கொட்டும் கன்னடப் பறையரின் தமிழக வாழ்வியல் பற்றியது. நூலின் ஒவ்வொரு பக்கமும் அகவயமான பதிவுகளைக் கொண்டுள்ளது. ஒரு சமூகத்தின் வாழ்வுமுறையை நேர்த்தியாக, அடர்த்தியாக, சொற்சிக்கனம் கொண்ட, செறிவூட்டப் பட்ட எழுத்தியல் முறையில் இதனை உருவாக்கியிருக்கிறார் நூலாசிரியர் சுப்பிரமணியன். ஓசூர், முரசூர் பகுதிகளில் களப்பணி செய்தும், பண்டைய நடுகற்கள், கல்வெட்டுச் சான்றுகள், வரலாற்று ஏடுகள், நிகழ்கால இனவரைவியல் சான்றுகள், மிக அண்மைக்காலம் வரை காணப்பட்ட நடைமுறைகள் எனப் பன்முகப்பட்ட தரவுகளைக் கொண்டு இந்தத் தனிவரைவு உருவாக்கப்பட்டிருக்கிறது. இது அறிவின் பயனாக மிளிர்கிறது.

இந்த இனவரைவியலில் தி. சுப்பிரமணியன், நிலமானிய காலம் தொடங்கி இன்று வரையிலான தொடர் அசைவியக்கத்தைப் பதிவிட்டு உள்ளார். அதனை ஓர் அகவயப் புரிதலோடு நமக்குப் புதிய வெளிச்சத்தைக் காட்டுகிறார். தேசத்துச் செட்டி (லிங்காயத்துப் பிரிவினருக்கான பட்டம்), சலவாதி (தமிழ் பேசும் பறையருக்கான பட்டம்) முதலான பண்டைய நிர்வாக அமைப்பில் கைவினைக் குடிகளும், அடித்தளக் குடிகளும் எவ்வாறு 'மேரை' (அல்லது கூலி, தானம், பரிசு, அன்பளிப்பு, சன்மானம்) பெற்றுக் கடமை யாற்றினார்கள் என்பதைக் கவனப்படுத்துகிறார். இத்தகைய தேசத்துச் செட்டிமுறையில் குடிஊழிய முறையின் பாரதூரங்கள் என்ன என்பது சாதியத்தின் ஊடாக விவாதிக்க வேண்டும். சாதியமைப்பின்

பொருளியல் தன்மைகள் புதிய பரிமாணத்தில் அணுகுவதற்கான சில தரவுகளை முரசுப் பறையர் நூல் கொண்டுள்ளது.

முரசுப் பறையர்களிடம் காணப்படும் 100க்கும் மேற்பட்ட குலப் பிரிவுகள் தமிழ்ப் பறையர்களின் குலப் பிரிவுகளைப் பிரதிபலிக்கின்றன. மேலும், அதிக எண்ணிக்கையிலான குலப் பிரிவுகள் ஒரு தொன்மை சார்ந்த பொருண்மையை முன்னிறுத்துகின்றன. தமிழ் அடித்தளச் சாதிகளிடம் 290க்கும் மேற்பட்ட குலப்பிரிவுகளை ஆய்வாளர் பரமேஸ்வரி கண்டறிந்துள்ளார். முன்பொரு காலத்தில் நிலத்தைச் சார்ந்து தொழிற்பட்ட பொருண்மையை அதிக எண்ணிக்கையிலான குலப்பிரிவு முறை காட்டுகிறது (விரிவுக்குக் காண்க: பக்தவத்சல பாரதி, தமிழர் மானிடவியல்).

தி. சுப்பிரமணியனின் இந்த இனவரைவியல் மூலம் திராவிடப் பகுதியில் அடித்தளச் சாதியொன்றின் வாழ்வுமுறையை அகவய முறையில் அறிந்துகொள்ள முடிகிறது. முரசுப் பறையர்களின் திருமணம், வாழ்வியற் சடங்குகள், குல தெய்வங்கள், பிற வழிபாட்டு முறைகள், ஊர் விழாக்கள், குடிஊழியங்கள், கலைகள், பஞ்சாயத்து முறை, மரபான அறிவுமுறை, குறும்பர் உள்ளிட்ட அண்டைய சமூகங்களின் பங்கேற்பு முதலான பண்பாட்டின் பரந்துபட்ட களங்களில் ஊடாடி ஒரு புதிய பரப்பில் நம்மை அழைத்துச் செல்கிறார்.

திராவிடப் பகுதியில் பன்னெடுங்காலமாக நிலவி வரும் பொதுவியல் சார்ந்த ஓர்மையின் பல கூறுகளை இந்த நூல் இனங்காட்டுகிறது. தமிழ்ச் சமூகப் புரிதலில் திராவிடச் சமூகவியல் புரிதலும் 'இட்டுநிரப்பும் தன்மை' கொண்டதாக உள்ளது. தமிழ்ச் சமூகத்தின் அசைவியக்கத்தை வரலாற்றின் ஊடாகவும் இன்றைய நிலையிலும் புரிந்துகொள்ள இத்தகைய ஆக்கங்கள் முக்கியத்துவம் பெறுகின்றன. சமூக அக்கறைகொண்ட வாசகர்களும், சமூக மேம்பாட்டுக்காக இயங்கிவரும் தோழர்களும் இந்த நூலின் தேவையை உணர்வார்கள்.

முன்னுரை

ஆதிகாலத்தில் மக்கள் இனக்குழுக்களாக வாழ்ந்தார்கள். இனக்குழு சமுதாயத்தில் பல குடிகள் இணைந்திருந்தன. ஒவ்வொரு குடியும் இரத்த உறவை அடிப்படையாகக் கொண்டது. பலம் வாய்ந்த குடி அல்லது வலிமையான குடி தன்னைவிட பலம் குறைந்த குடியை அடக்கி தன்குடியுடன் இணைத்துக்கொண்டது. தனக்கு இணையான வலிமையுள்ள குடியுடன் நட்பு கொண்டும், மணஉறவு முறையைக் கொண்டும் பலகுடிகள் இணைந்து ஓர் இனக்குழுவாக வளர்ந்தது. ஓர் இனக்குழு மற்றொரு இனக்குழுவுடன் இணையும் போது அவர்களுக்கிடையில் வாழ்க்கைமுறைகள் அல்லது பண்பாட்டுக் கூறுகள் பகிர்ந்துகொள்ளப்பட்டன. இத்தகைய பண்பாடு வளர்ந்து நாகரிகமாகப் பரிணாம வளர்ச்சியடைந்தது. நாகரிகம் வளர்ந்த பின்னர் இனக்குழு வாழ்க்கைமுறை மாறியது. இவற்றுடன் ஆரியர்களின் வருகை, வர்ணக் கோட்பாடுகள் போன்றன புகுத்தப்பட்டதால் சமுதாயத்தில் ஏற்றத்தாழ்வுகள், உயர்ந்தவர், தாழ்ந்தவர் என்ற பாகுபாடுகள் உருவாயின.

இருப்பினும் இனக்குழு மக்களுடைய வாழ்க்கைக் கூறுகள் அல்லது அவர்களுடைய பண்புகள் முற்றிலும் மாறிவிடுவதில்லை. அவற்றின் மிச்சங்களும் எச்சங்களும் அவர்களுடன் இணைந்திருக்கும் என்பது உண்மை. இத்தகைய பண்பாட்டுக் கூறுகளைப் பற்றிய ஆய்வுகள் தற்போது நடந்துவருகின்றன. இதைப் போன்ற வட்டார வழக்கங்கள் பற்றிய ஆய்வில் இருந்து பண்பாடு, கலாச்சாரம் போன்றவற்றைப் பற்றித் தெரிந்துகொள்ள முடியும். இதனால் வட்டார வழக்கங்கள் பற்றிய ஆய்வுகள் ஊக்குவிக்கப்படுகின்றன.

தற்போதைய தருமபுரி, கிருஷ்ணகிரி மாவட்டங்களையும் இதைச் சுற்றியுள்ள பகுதிகளையும் இணைத்து இதற்குத் தகடூர் நாடு என்று பெயரிடப்பட்டது. இப்பகுதியில் கிடைக்கின்ற கல்வெட்டுகள், செப்பேடுகள், அகழாய்வுகள், களஆய்வுகள், சங்ககால இலக்கியங்கள்

போன்றவற்றை அடிப்படையாகக் கொண்டு ஆய்வை மேற்கொண்ட போது, இப்பகுதியில் பல இனக்குழுக்கள் சுதந்திரமாக வாழ்ந்தார்கள் என்பது தெரியவருகின்றது. மூதாதையர்களின் வழிபாடே இந்தப் பகுதியில் முக்கியமான வழிபாடாக இருந்தது. இப்பகுதியில் இருந்த பூர்வகுடிகள் எல்லோரும் மூதாதையர் வழிபாட்டை உடையவர்கள் என்பதும் தெரிய வருகின்றது. மூதாதையர் வழிபாட்டின் வளர்ச்சி அடைந்த வழிபாடே நடுகல் வழிபாடு. வேடியப்பன், கிருஷ்ணாரப்பன், சாணாரப்பன், முனியப்பன், ஐயனாரப்பன் போன்ற பெயர்களில் இந்த வழிபாடு காணப்படுகின்றது.

கடைஏழு வள்ளல்களில் ஒருவரான அதியமான் இப்பகுதியில் இருந்த ஏழு இனக்குழு மக்களுக்குத் தலைவனாக இருந்தான் என்று சங்க இலக்கியங்களில் ஒன்றான புறநானூற்றுப் பாடல் ஒன்று கூறுகின்றது. சங்க இலக்கியங்களை அடுத்து கிடைக்கின்ற கல்வெட்டுகளில் சுமார் 15 நாடுகள் இப்பகுதியில் சுதந்திரமாகச் செயல்பட்டன என்பது புலப்படுகின்றது. கங்க நாடு, புறமலை நாடு, கோவூர் நாடு, மன்ன நாடு, வேள்கலி நாடு, மாசந்தி நாடு, எழில் நாடு, அங்கணநாடு, முரசு நாடு போன்று பல நாடுகளின் பெயர்கள் கல்வெட்டுகளில் காணப்படுகின்றன. இந்த நாடுகளைப் பற்றிய ஆய்வினை மேற்கொண்ட போது பிற நாடுகளைவிட முரசு நாட்டிற்கு அதிகமான சான்றுகள் இருப்பது தெரியவந்தது. எனவே இந்த ஆய்வினைச் செய்து இந்நூலை வெளியிட முயன்றுள்ளேன்.

இந்நூலை எழுதுவதற்குத் தூண்டுகோலாகவும், களஆய்வின் போது துணையாகவும் உடன்வந்து உதவிய மு. முனிராசு, மூங்கம்பட்டி அவர்களுக்கு நன்றி கூறக் கடமைப்பட்டவன். திருமணப் பாடல் களைப் பதிவு செய்து நூலாக்க உதவி செய்ததுடன், பல செய்திகளைக் கொடுத்து உதவினார் என்பதை நினைவுகூர விரும்புகிறேன். இந்நூலை வாசித்து முரசு நாட்டைப் பற்றி குறிப்புகள் தந்த முனைவர் இரா. பூங்குன்றன் அவர்களுக்கும் நன்றி கூறக் கடமைப்பட்டுள்ளேன்.

முரசு நாடு பற்றிய களஆய்வின் போது முரசூர் எங்குள்ளது என்பதற்கு உதவிய பல்லூர் பேராசிரியர் கோவிந்தன் அவர்களுக்கு நன்றி. களஆய்வின் போது செய்திகளைத் தந்த புகழேந்தி அவர் களுக்கும் திருமணப் பாடல்களைப் பாடிய திருமதி வசந்தா நாகராஜ், குருபட்டி அவர்களுக்கும் நூலின் அமைப்பு பற்றிய விவரங்களைத் தந்ததுடன் எழுதுவதற்கு ஊக்கத்தைக் கொடுத்த மு. பெருமாள் ஐஎஃப்எஸ் அவர்களுக்கும் நன்றி.

இந்நூலை வெளியிடுவதற்கு வழிவகை செய்து, அணிந்துரை வழங்கிய பேராசிரியர் பக்தவத்சல பாரதி அவர்களுக்கும் நேர்த்தியான முறையில் நூலை வெளியிட்டுள்ள அடையாளம் பதிப்புக் குழுவினருக்கும் நன்றி.

நூலைத் தயாரிக்கும் பணியில் எனக்குத் தேவையான வசதிகளைச் செய்து கொடுத்த என்னுடைய துணைவி அம்சவேணி அவர்களுக்கும் நன்றி சொல்வது இன்றியமையாதது.

தி. சுப்பிரமணியன்

முரசுப் பறையர்

வரலாறு சமூகம் பண்பாடு

1

முரசு நாடு

தமிழகத்தின் வடமேற்குப் பகுதியான கிருஷ்ணகிரி, தருமபுரி, வேலூர் ஆகிய மாவட்டங்களின் சில பகுதிகள் கர்நாடகத்திற்கும் ஆந்திரத் திற்கும் எல்லைகளாக அமைந்துள்ளன. இப்பகுதிகளின் நிலஅமைப்பு இயற்கையாக தமிழகத்தின் மற்றப் பகுதிகளில் இருந்து வேறுபட்டுக் காணப்படுகின்றது. மேடுகளும் பள்ளங்களும், மலைகளும் காடுகளும் அதிக அளவில் அமைந்துள்ளன. சமதளப் பகுதிகள் குறைவாகவே உள்ளன. இப்பகுதியில் ஓடுகின்ற ஆறுகள் வேளாண்மைக்குப் பயன்படாத வகையில் ஆழமான பகுதிகளில் ஓடுகின்றன. ஆனால் இதே ஆறுகள் கிழக்கு நோக்கி ஓடிக் கடலில் கலக்கின்ற பகுதிகளில் தரைமட்டத்தில் ஓடுகின்றன. இதனால் அப்பகுதியில் ஆதிகாலத்தில் இருந்தே வேளாண்மையும் வளர்ந்தது; பொருளாதார நிலையும் வளர்ந்தது. ஆனால் தகடூர்ப் பகுதியில் மலைகளும் காடுகளும் அதிக அளவில் உள்ளதால் இப்பகுதி மக்கள் கால்நடை வளர்ப்பையே அடிப்படைத் தொழிலாகக் கொண்டிருந்தனர்.

கால்நடை வளர்ப்புச் சமுதாயம் என்பது கால்நடைகளான ஆடு, மாடு போன்றவற்றையே நம்பி வாழ்ந்ததால், இது ஒரு வகையான நாடோடி சமுதாயமாக இருந்தது. கால்நடைகளுக்குத் தேவையான புல்வெளிகளைத் தேடி இடம்விட்டு இடம்பெயர்ந்தனர். சுமார் 10,000 ஆண்டுகளுக்கு முன்பிருந்து இத்தகைய அமைப்புமுறையே இந்தப் பகுதியில் காணப்படுகின்றது. தொல்லியல் ஆய்வாளர்களும், மானிடவியல் ஆய்வாளர்களும் இப்பகுதியில் கால்நடை வளர்ப்புச் சமுதாயம் நிலைபெற்று இருந்தது என்பதை உறுதிசெய்துள்ளனர். கால்நடைகளே அக்காலச் சமுதாயத்தின் சொத்தாகவும் செல்வமாகவும் இருந்ததால் அவற்றைப் பாதுகாக்கவும், அவற்றுக்குத் தேவையான

புல்வெளிகளைத் தேடியும் இடம்விட்டு இடம்பெயர்ந்து குடி யமர்ந்தனர். தமிழகத்தின் ஒரு பகுதியும், ஆந்திரம், கர்நாடகம் ஆகிய மாநிலங்களின் சில பகுதிகளும் இத்தகைய சமுதாய அமைப்பையே அடிப்படையாகக் கொண்டிருந்தன. எனவே இப்பகுதியில் பலமொழி களைப் பேசுகின்ற மக்களும் ஒன்றாக இணைந்து வாழ்ந்தனர். கன்னடம், தெலுங்கு, தமிழ் ஆகிய மொழிகளைப் பேசுகின்ற மக்கள் தமிழகத்தின் மற்றப் பகுதிகளைவிட இப்பகுதியில் அதிக அளவில் வாழ்கின்றனர்.

தமிழகத்தில் கிடைக்கின்ற இலக்கியங்களில் சங்ககால இலக்கியங்கள் மிகப்பழமையானவை. இச்சங்க கால இலக்கியங்கள் கூறுகின்ற சமுதாய அமைப்பு, வழிபாட்டுமுறைகள் ஆகியன இப்பகுதியில் இன்றுவரை மாறாமல் காணப்படுகின்றன. சுமார் 3,000 ஆண்டுகளுக்குமுன் வாழ்ந்த இனக்குழு மக்கள் குலங்களை அடிப்படையாகக் கொண்டு வாழ்ந்தனர். மூதாதையர்களை வழிபட்டனர். நடுகல் வழிபாடு என்று சங்ககால இலக்கியங்கள் கூறுகின்ற வழிபாடு மூதாதையர்களின் வழிபாட்டிலிருந்து வளர்ந்தது. பல இனக்குழு மக்களின் குலதெய்வங்களாக நடுகற்கள் காணப் படுகின்றன. கால்நடைகளைத் தெய்வமாக வழிபட்டனர். இதனால் பொங்கல் வழிபாடு இப்பகுதியில் கால்நடைகளுக்காகக் கொண்டாடப் படுகின்றது. பறையர், குறும்பர், அருந்ததியர்கள், இருளர் போன்ற பல சாதிகளைச் சார்ந்தவர்கள் இப்பகுதியில் தொடர்ந்து இதையே வழிபட்டு வருகின்றனர். இவர்கள் ஒவ்வொருவரும் தங்களுக்கென்று தனித்தனியான பண்பாட்டுக் கூறுகளைக் கொண்டுள்ளனர். ஆனால் ஒட்டுமொத்தமாக நோக்கும் போது இவர்களுக்கிடையில் கலாச்சார ஒற்றுமைகள் காணப்படுகின்றன.

பறையர் இனமக்கள் மற்ற இனத்தவரைக் காட்டிலும் அதிக அளவில் இப்பகுதியில் உள்ளனர். இவர்களில் முரசுப் பறையர், சங்கு பறையர், முரசுக் கொங்கர் போன்றன குறிப்பிடத்தக்கன. முரசு என்பது இவர்களுடைய குலக்குறியாக இருக்கலாம். எனவே முரசு புனிதமானதாகக் கருதப்பட்டது. அதைப் போன்று சங்கும் அ<s>வர்</s>களுடைய குலக்குறியாக இருக்கலாம். சங்கப் பாடல் ஒன்றை இதற்கு உதாரணமாகக் கூறலாம். தகடூர் எறிந்த பெருஞ்சேரல் இரும்பொறை என்ற மன்னனின் வீரமுரசு வைக்கப்பட்டிருந்த கட்டிலின் மேல் மோசிகீரனார் என்ற புலவர் படுத்து உறங்கிவிட்டார் என்பதை அப்பாடல் குறிப்பிடுகின்றது. பொதுவாக வீரமுரசின்

முரசூர் நடுகல்

கட்டில்மேல் படுத்த என்னை இரண்டு கூறாக வெட்டியிருக்க வேண்டும், ஆனால் அதற்கு மாறாக சாமரம் கொண்டு வீசினாய் என்று அப்புலவர் பேசுவதாக அப்பாடல் அமைந்துள்ளது. (புறம். பா. 50) இதனால் வீரமுரசு என்பது புனிதமானது என்பதும் அதை அடிக்கின்ற முரசுப் பறையர்களும் வீரம் மிக்கவர்கள் என்பதும் தெளிவாகின்றது. சங்ககாலத்திலும் அதற்கு முன்னரும் முரசுப் பறையர்கள் வீரர்களாக இருந்தனர் என்பது இதிலிருந்து புலப்படுகின்றது.

முரசு நாடு

தகடூர்ப் பகுதியில் சுமார் 1,500 ஆண்டுகளுக்கு முற்பட்ட கல்வெட்டுக்கள் கண்டுபிடிக்கப்பட்டுள்ளன. ஓசூர் பகுதியில் கிடைக்கின்ற மூன்று கல்வெட்டுக்களில் முரசு நாடு என்ற நாட்டைப் பற்றிய செய்திகள் காணப்படுகின்றன. இக்கல்வெட்டுக்கள் ஓசூர் பகுதியை 'முரசு நாடு' என்று பெயரிட்டு அழைக்கின்றன. ஓசூருக்கு அருகிலுள்ள பாராந்தூர் என்ற ஊரிலுள்ள வேடியப்பன் கோயில் கல்வெட்டில் கீழ்க்கண்ட செய்தி காணப்படுகின்றது: 'முடிகொண்ட சோழ மண்டலத்து ராசேந்திர சோழவள நாட்டு முரசு நாட்டு வாராந்தூர்' என்று கி.பி. 13ஆம் நூற்றாண்டுக் கல்வெட்டுக்

கூறுகின்றது. (நாகசாமி, 1975-146) தஞ்சையை ஆண்ட சோழர்கள் ஓசூர் பகுதியைக் கைப்பற்றி அப்பகுதிக்கு முடிகொண்ட சோழ மண்டலம் என்று பெயர் வைத்தனர். இதன் உட்பிரிவாகிய இராசேந்திர சோழ வளநாட்டில் முரசு நாடு என்ற நாடு உள்ளது என்றும் அதில் ஒரு ஊர் வாராந்தூர் என்றும் இதில் கூறப்பட்டுள்ளது. வாராந்தூர் என்ற ஊரின் பெயர்தான் தற்போது பாராந்தூர் என்று பெயர் மாறியுள்ளது.

கி.பி. 14ஆம் நூற்றாண்டைச் சார்ந்த மற்றொரு கல்வெட்டு சந்திரசூடேஸ்வரர் கோயிலில் உள்ளது. இக்கல்வெட்டில் 'சோழவள நாட்டு முரசு நாட்டு தென்கூற்று நாட்டுக் காமுண்டன்' என்ற செய்தியும் பெயரும் பொறிக்கப்பட்டுள்ளன. (நாகசாமி, 1975-118)

ஓசூர் தேர்பேட்டையில் உள்ள மூன்றாவது கல்வெட்டு கி. பி. 16ஆம் நூற்றாண்டைச் சார்ந்தது. இக்கல்வெட்டில் அரியப்பசீயர் என்பவருடைய நிலம் அவர் இல்லாத போது கோயில் நிலமாக மாற்றப்பட்டது. அவர் திரும்பி வந்தபோது அவருக்கே திருப்பிக் கொடுக்கப்பட்டது. இதற்குச் சாட்சியாக மடாதிபதிகள், மாகேஸ்வரர்கள் போன்று பலர் இருந்தார்கள். இந்த நிலம் முரசூர் அய்நூற்றுவர் முன்னிலையில் அரியப்பசீயருக்கு கொடுக்கப்பட்டது என்று கல்வெட்டு குறிப்பிடுகின்றது. இதிலிருந்து 'முரசூர்' என்ற ஊரில் அய்நூற்றுவர் பிரிவைச் சார்ந்த வணிகர்கள் தங்கியிருந்த பெரிய நகரமாக இருந்தது என்பது தெளிவாகின்றது. (நாகசாமி, 1975-144)

இன்றும் ஓசூருக்கு அருகில் சுமார் 5 கி.மீ. தொலைவில் முரசூர் என்ற ஊரும், அதற்கு அருகில் 'முரசு நத்தம்' என்ற பகுதியும் உள்ளன. முரசு நத்தம் என்ற இடத்தில் பெரிய நகரம் ஒன்று இருந்து அழிந்ததற்கான சான்றுகள் கிடைக்கின்றன.

இங்கு சோமீஸ்வரர் மற்றும் சிவன் கோயில் என்று இரண்டு சிவன் கோயில்கள் உள்ளன. சோமீஸ்வரன் கோயிலில் உள்ள அதிட்டானத்தில் பல சிதைந்த தமிழ்க் கல்வெட்டுக்கள் காணப் படுகின்றன. இக்கல்வெட்டுகளின் எழுத்தமைதியைக் கொண்டு கி.பி.12,13 ஆம் நூற்றாண்டைச் சார்ந்தவை என்பது தெளிவாகத் தெரிகின்றது. புதுப்பித்துக் கட்டியுள்ளதால் கல்வெட்டுக்கள் முற்றிலும் மாற்றி வைத்துக் கட்டப்பட்டுள்ளன. இதன் அருகில் பண்டி மாகாளியம்மன் கோயில் என்ற அம்மன் கோயில் ஒன்றும் உள்ளது. இக்கோயிலில் கி.பி. 10, 11ஆம் நூற்றாண்டடைச் சார்ந்த காளியின்

சிற்பம் ஒன்றும் உள்ளது. இது நுளம்பர்களின் சிற்பக்கலைக்குச் சிறந்த எடுத்துகாட்டாக உள்ளது. இது மண்ணில் புதைந்திருந்ததாகவும் ஏரியில் மண் எடுக்கும்போது வெளிப்பட்டதாகவும் கூறுகின்றனர்.

இங்குள்ள மாரியம்மன் கோயிலின் முன் இரண்டு நடுகற்கள் காணப்படுகின்றன. இவை இரண்டும் சோழர்களின் காலத்தைச் சார்ந்தவை. இவற்றில் இரண்டு அடுக்குகளில் சிற்பங்கள் உள்ளன. பெரிய அளவில் வீரன் நிற்கின்ற காட்சியும், அவனுடைய தலைக்கு மேல் தேவலோகக் காட்சியும் காட்டப்பட்டுள்ளன. அக்ரகாரம், பழைய ஊர், மடப்பள்ளி போன்ற பெயர்கள் இப்பகுதியில் இன்று வரையில் காணப்படுகின்றன. ஊர் இருந்த பகுதியான பழைய ஊர் என்ற பகுதியில் காசுகள், சுடுமண் பொருள்கள், அக்கால மட்கலங்கள் போன்றன கிடைக்கின்றன.

இவற்றைக் கொண்டு முரசூர் என்பது முரசு நாட்டின் தலைநகரமாக இருந்தது என்றும் இதைச் சுற்றி உள்ள பகுதிகளான ஓசூர் மற்றும் மேல்மலைத் தொடர் வரையில் உள்ள பகுதிகளுக்கு முரசு நாடு என்று பெயர் வந்திருக்கின்றது என்பதும் புலப்படுகின்றது. இப்பகுதியில் கிடைக்கின்ற பிற கல்வெட்டுகளும் இப்பகுதியை முரசு நாடு என்று உறுதிப்படுத்துகின்றன.

எனவே சங்க காலத்திலிருந்து முரசைக் குலக்குறியாகக் கொண்ட பறையர் இனமக்கள் இப்பகுதியில் வாழ்ந்தனர் என்பதும் இவர்கள் வீரர்களாக இருந்தனர் என்பதும் தெளிவாகின்றது. சுமார் 2000 ஆண்டுகளுக்கு முன்பிருந்து இப்பகுதியில் வாழ்ந்தவர்கள் முரசுப் பறையர்கள் என்பதும் இவர்கள் பூர்வகுடிகள் என்பதும் குறிப்பிடத்தக்கது. எனவே கி. பி. 10, 11ஆம் நூற்றாண்டில் சோழ மன்னர்கள் தகடூரைக் கைப்பற்றி இப்பகுதிக்கு முரசு நாடு என்று பெயர் வைத்தனர். முரசுப் பறையர்கள் இப்பகுதியில் வீரர்களாக இருந்ததால் அவர்களுடைய பெயரில் இப்பகுதிக்கு முரசு நாடு என்று பெயரிடப்பட்டது.

முரசு நாடு என்பதற்கு மைசூர் கெசட்டியரில் கீழ்க்கண்டவாறு பொருள் கூறப்பட்டுள்ளது. முரசு என்பது கன்னடச் சொல் என்றும் இது முசுக்கு என்ற கன்னடச் சொல்லில் இருந்து வந்தது என்றும் குறிப்பிடுகின்றது. திருமணத்தின் போது மணப்பெண் தலையின் மேல் போடுகின்ற துணிக்கு ‘முசுக்கு’ என்று பெயர். இந்த முசுக்கு என்ற கன்னடச் சொல் மருவி முரசு என்று வந்தது என்று பொருள்

கூறுகின்றது. (அரிவர்தன ராவ். 1927-183) இதன் பொருள் தெரிய வில்லை. இருப்பினும் இச்சொல் ஏற்புடையதாக இல்லை.

ஒலையர் அல்லது பறையர்

ஒலையர் என்ற சாதியைச் சார்ந்தவர்கள் இப்பகுதியில் அதிகம் வாழ்கின்றனர். இவர்களைத் தெலுங்கில் 'மாலா' என்றும் தமிழில் 'பறையர்' என்றும் கன்னடத்தில் 'ஒலையர்' என்றும் அழைக்கின்றனர். 'ஒலையர்' என்றால் கன்னடத்தில் வயல்வெளி என்று பொருள் உள்ளது என்றும் அதிலிருந்து விவசாயம் செய்யும் வேலையாட்கள் என்றும் பெயர் வந்தது என்றும் மைசூர் கெசட் குறிப்பிடுகின்றது. இவர்கள் விவசாயம் செய்யும் கூலியாட்கள். வலங்கை 18 என்ற பிரிவில் உள்ளவர்கள் என்றும் பதியப்பட்டுள்ளது. கன்னடம் தாய்மொழியாகக் கொண்டுள்ளனர். இதில் கங்கடிக்காரர், முரசர், தாசா, மக்கதூர் (நெசவாளர்) அஃகா, (கயிறு திரிப்பவர்) போன்ற பல பிரிவுகள் உள்ளன. இவர்களில் கங்கடிக்காரர் மற்றவர்களைவிட உயர்ந்தவர்கள் என்று கூறுகின்றனர். மேலே கூறப்பட்டப் பிரிவுகளில் மேலும் பல உட்பிரிவுகள் உள்ளன. இந்த உட்பிரிவுகள் குலங்களை அல்லது குலக்குறிகளை அடிப்படையாகக் கொண்டவை. ஒலையர் என்பவர்கள் ஊருக்கு வெளியில் உள்ள பகுதியில் வாழ்பவர்கள் என்றும் அவர்கள் வாழ்ந்த பகுதிக்கு 'ஒலகிரி' என்று பெயர் கூறப் பட்டது என்றும் மைசூர் கெசட்டியரில் குறிப்புகள் காணப் படுகின்றன. (அரிவர்தனராவ். 1927-182)

இப்பகுதியில் புதிதாக வந்து குடியேறியவர்கள் வேளாண்மையில் ஈடுபட்டவர்களாக இருந்ததால் அவர்கள் உயர்ந்தவர்களாகவும், இப்பகுதியில் இருந்த பூர்வகுடியினர் கால்நடை வளர்ப்பு சமுதாயத்தைச் சார்ந்தவர்களாக இருந்ததால் அவர்களுக்குக் கட்டுப்பட்டவர்களாகவும், அதைத் தொடர்ந்து அடிமைகளாகவும் மாற்றப்பட்டனர். பூர்வீகக்குடிகளாக இருந்தவர்களின் எண்ணிக்கை குறைவாக இருந்ததாலும், குடியேறியவர்களின் எண்ணிக்கை அதிகமாக இருந்ததாலும், அதிகாரமும் பொருளாதாரமும் பெற்றவர் களாகவும் இருந்ததால் அவர்களை அடிமைகளாக மாற்றினர். பிராமணர்கள் பிற சாதியினரை அவர்களுக்குக் கீழ்ப்படிந்தவர்களாக வைத்திருந்தனர் என்பதை வர்ணக் கோட்பாடு குறிப்பிடுகின்றது. அதைப் போன்று பிற சாதியினர் பறையர், அருந்ததியர் போன்றவர் களை அவர்களுடைய அடிமைகளாக மாற்றினர். பிராமணர்களின்

கொள்கையின்படி மேல் சாதி என்றும் கீழ்சாதி என்றும் பிரித்தனர். அதைப் போன்று பிற சாதியினர் விவசாயத்திற்குத் தேவையான கூலியாட்களாகவும், அதற்குத் தேவையான பொருள்களைச் செய்து தருபவர்களாகவும் கைவினைஞர்களாகவும் மாற்றினர். இதற்கு இவர்களுக்கு கூலி இல்லை. மேரை என்ற பெயரில் தானியம் வழங்கினார்கள். இறந்தவர்களைப் புதைப்பதற்குத் தேவையான வற்றைச் செய்வது, தப்பட்டை அடிப்பது, இறந்து போன கால்நடை களை அப்புறப்படுத்துவது இவர்களுடைய பணிகளாக மாற்றினர். இறந்த கால்நடைகளின் தோலைக் கொண்டு இசைக் கருவிகள் அமைத்து வாசிப்பது, இதற்காக அவர்கள் கொடுக்கின்ற சன்மானத்தைக் கேள்வி கேட்காமல் ஒப்புக்கொண்டனர்.

பிராமணர்களின் வர்ணக் கோட்பாடு வடஇந்தியாவில் பரவிய போது தமிழகத்தில் குலமுறை சமுதாயமே இருந்தது. இச்சமுதாயத்தில் சாதி வேறுபாடுகள் கிடையாது. தீண்டாமை, மேல் சாதி, கீழ்சாதி போன்ற பாகுபாடுகள் இல்லை. சங்க காலத்தின் இறுதியிலும், பல்லவர் காலத்தின் தொடக்கத்திலும் வர்ணக் கோட்பாடு தமிழகத் திற்கு வந்தது.

முரசுப் பறையர்

முரசுப் பறையர் என்பவர்கள் கன்னடம் பேசுகின்ற காரணத்தால் இவர்கள் கர்நாடகாவிலிருந்து வந்தவர்கள் என்று ஒரு கருதுகோள் காணப்படுகின்றது. சுமார் 3,500 ஆண்டுகளுக்கு முன்பு கர்நாடகா விலிருந்து சில இனக்குழு மக்கள் தமிழகத்தின் சில பகுதிகளில் குடியேறினர். அவ்வாறு குடியேறியவர்களில் ஒருபிரிவினர் முரசுப் பறையர் என்பவர்கள். இவர்கள் தமிழகத்திற்கு வரும்போது கால்நடை களை வளர்க்கின்ற சமுதாயத்தைச் சார்ந்தவர்களாக இருந்தனர். ஆனால் கால்நடைகளைப் பாதுகாப்பதற்கும், பிறர் கால்நடைகளைக் கவர்ந்து செல்லும் போது அவர்களை எதிர்த்துப் போரிடுவதற்கும் வீரர்கள் தேவைப்பட்டனர். கால்நடைகளே அக்காலத்தில் சொத்தாக இருந்ததால் ஓர் இனக்குழுவைச் சார்ந்தவர்கள் மற்ற இனக்குழுவைச் சார்ந்த கால்நடைகளைக் கவர்ந்து செல்வது அக்கால நீதியாகக் கருதப்பட்டது. இத்தகைய நேரங்களில் கால்நடைகளைக் கவர்வதற்குப் பிற இனக்குழு வீரர்கள் வருவதைப் பறைகளை அடித்துத் தெரிவிக்கின்ற வீரர்களாக சில இனக்குழு மக்கள் மாறினார்கள். இவர்களே ஆரியர்களின் வருகையால் பறையர்கள்

என்றும் தீண்டத்தகாதவர் என்றும் மாற்றப்பட்டனர் என்று மற்றொரு கருதுகோள் காணப்படுகின்றது. அரசன் வருகின்ற செய்தியையும், எதிரிகள் வருகின்ற செய்தியையும் பறை அடித்து மற்றவர்களுக்குக் கூறுகின்ற வேலையை ஒரு பிரிவைச் சார்ந்தவர்கள் செய்துவந்தார்கள். அதற்காக அவர்களுக்கு நிலமானியம் வழங்கப்பட்டது. நாயக்கர் காலச் செப்பேடு ஒன்றும் மதுரையில் பறை அடித்துச் செய்தியைக் கூறுவதற்கு நிலதானம் வழங்கப் பட்டுள்ளது என்பதை உதாரணமாகக் காட்டுகின்றனர். எனவே இது தொழிலின் அடிப்படையில் வந்த பெயர் என்பதும், ஒவ்வொரு பகுதியிலும் ஒவ்வொரு வகையான தொழிலை அடிப்படையாகக் கொண்டு இப்பெயர் வந்துள்ளது என்பதும் தெளிவாகின்றது.

பறையர்களின் ஒரு பிரிவினரான மக்கதூர் என்பவர்கள் ஓசூர் பகுதியில் வாழ்கின்றனர். இவர்கள் மகத நாட்டைச் சார்ந்தவர்கள் என்றும் நூல் நூற்று துணிநெய்வது இவர்களுடைய குலத்தொழில் என்றும் கூறுகின்றனர். சுமார் 10 ஆண்டுகளுக்கு முன்புவரையில் துணிநெய்கின்ற நெசவாளர்களாக இருந்தார்கள் என்றும் கூறுகின்றனர்.

செங்கம் அருகிலுள்ள தா வேளூர் என்ற ஊரில் பல்லவ மன்னன் காலத்திய நடுகல் கல்வெட்டு ஒன்று உள்ளது. ஔவைக்கு நெல்லிக் கனி கொடுத்த அதியமான் அரச மரபினரின் சேவகன் ‘பறைய மாளியார்’ என்பவர் கால்நடைகளைக் கவர்ந்து சென்றபோது அவர்களை எதிர்த்துப் போரிட்டு வீரமரணம் எய்தினார் என்று அந்தக் கல்வெட்டு கூறுகின்றது. பறைய மாளியார் என்ற பறையர் இனத்தைச் சார்ந்த வீரனுக்கு எடுக்கப்பட்டது இந்த நடுகல். (E.I. 110-111)

1. கோவிசைய நரசிங்கபருமற்கு இரண்டா
2. வது வாணகோன் அதியரைசர் சேவகர் மீ கொன்
3. றை நாட்டு மேல் வேளூர் ஆளும் பறைய
4. மாளியார் இவ்வூர்த் தொறுக் கொண்ட ஞான்று பட்டார்

பறையை அடிப்பவர்களுக்குப் பறையர் என்று பெயர் வந்தது. பறை என்பது ஆடு, மாடு, எருமை போன்ற மிருகங்களின் தோலைக் கொண்டும், இரும்பு அல்லது சுட்டமண்ணால் ஆன சட்டங்களைக் கொண்டும் உருவாக்கப்பட்டவை. மெல்லிய தோலாக இருந்தால் ஒரு வகையான ஓசையும், தடித்த தோலாக இருந்தால் ஒரு வகையான ஓசையும் வரும். அதற்குத் தகுந்தாற் போன்று இசைக் கருவிகளின் வடிவமும், உருவ அமைப்பும் அமைந்திருக்கும். முரசு என்பதும் இதைப் போன்று உருவாக்கப்பட்ட ஓர் இசைக் கருவி. முரசை

அடிப்பவர்கள் முரசுப் பறையர் என்று தொழிலின் அடிப்படையில் பெயர் வைக்கப்பட்டது. இவர்கள் கன்னடத்தைத் தாய் மொழியாகக் கொண்டவர்கள். முரசுக் கொங்கரு, முரசுப் பறையரு, முரசுப் பள்ளி போன்ற வேறு சில இனங்களும் இப்பகுதியில் உள்ளனர். இப்பிரிவில் ஏழு வகையான பறையர்கள் இருப்பதாகக் கூறப்படுகின்றது. முரசுக் கொங்கரு, முரசுப் பறையரு, திகலரு, புட்ட ஒலையரு, ஒலையரு, முரசுப்பள்ளி, மக்கதூர் போன்றவர்கள் கன்னடத்தைத் தாய்மொழி யாகக் கொண்டவர்கள் என்று மற்றொரு கருத்தும் உள்ளது.

தமிழ்ப் பறையர்

பறையர்களின் இனத்தில் முரசுப் பறையர், தமிழ்ப் பறையர் என்ற இரண்டு பெரும் பிரிவுகள் உள்ளன. தமிழைத் தாய்மொழியாகக் கொண்டவர்கள் கட்டி பறையர் என்றும் திகலர் என்றும் தமிழ்ப் பறையர் என்றும் அழைக்கப்படுகின்றனர். ஒலையரு என்பவர்கள் கன்னடத்தைத் தாய்மொழியாகக் கொண்டவர்கள். இந்த இரண்டு பிரிவினர்களுக்கிடையில் பல வேறுபாடுகள் காணப்படுகின்றன. இவர்களுக்கிடையில் உயர்ந்தவர் யார் என்பதிலும் கருத்து வேறுபாடுகள் உள்ளன. ஆனால் பிற சாதியினர் இவர்களைத் தீண்டத்தகாதவர்கள், தாழ்த்தப்பட்டவர்கள், விளிம்பு நிலை மக்கள், ஆதிதிராவிடர்கள் என்றும் பல பெயர்களில் அழைக்கின்றனர். கன்னடம் பேசுகின்ற பறையர்கள் கர்நாடகம், ஆந்திரம் ஆகிய மாநிலங்களின் எல்லையில் அதிகம் வாழ்கின்றனர். ஆனால் உள்நாட்டுப் பகுதியில் இவர்களின் எண்ணிக்கை குறைவு அல்லது இல்லை என்றும் கூறலாம். இதைப் போன்று தமிழ்ப் பறையர்களின் எண்ணிக்கை உள்நாட்டுப் பகுதியில் அதிகம்; எல்லைப் புறங்களில் இவர்களின் எண்ணிக்கை குறைவு என்றும் கூறலாம்.

திப்புசுல்தான் காலத்தில் கர்நாடகத்தில் தோட்டக்கலையை வளர்க்க வேண்டும் என்றும் விவசாயத்தைப் பெருக்க வேண்டும் என்றும் எண்ணி இத்தொழிலில் கைதேர்ந்தவர்கள் யார் என்று தமிழகத்தில் ஆய்வு செய்தனர். தருமபுரி, சேலம் பகுதியிலுள்ள திகலர் என்பவர்கள் வேளாண்மையில் கைதேர்ந்தவர்கள் என்று முடிவு செய்து அவர்களை மைசூர், பெங்களூர் போன்ற பகுதிகளுக்கு அழைத்துச் சென்று குடியமர்த்தினான். (ஜீவானந்தம். 2000-217) பெங்களூரில் உள்ள லால்பாக் என்ற பூங்கா வளர்ந்ததற்கு இவர்களும் ஒரு காரணம் என்று திப்பு சுல்தான் தன்னுடைய குறிப்புகளில் குறிப்பிட்டுள்ளார்.

கன்னடம் பேசுகின்ற ஒலையர் வேளாண்மை செய்யும் தொழிலில் கைதேர்ந்தவர்கள் என்று மைசூர் கெசட்டியர் கூறுகின்றது என்பது முன்னர் கூறப்பட்டது. எனவே கன்னடம் பேசுகின்ற ஒலையர், தமிழ் பேசுகின்ற திகலர் ஆகியோர் விவசாயம் செய்யும் வேலையாட்களாக மாற்றப்பட்டனர் என்பது தெளிவாகின்றது.

தஞ்சாவூர் மாவட்டத்தில் புகழ்பெற்ற நகரமான திருவாரூர் நகரிலுள்ள சிவன் கோயில் விழாவின் போது சுவாமி ஊர்வலம் வரும்போது பறையன் வெள்ளைக் குடைபிடித்து முன்னர் செல்வான் என்ற செய்தி பதிவு செய்யப்பட்டுள்ளது. ஒருகாலத்தில் பூர்வ குடிகளாக இருந்த பறையர்கள் அதிகாரம் மேலோங்கி இருந்தது என்பதை இது காட்டுகின்றது.

பிராமணர்கள் தமிழகத்திற்கு வந்த போது வர்ணக் கோட்பாட்டைக் கொண்டு வந்தார்கள். அவர்கள் கொண்டு வந்த பிராமணர், சத்திரியர், வைசியர், சூத்திரர் என்ற நான்கு வகையான சாதிகளில் சேர்க்கப் படாத அல்லது தீண்டத்தகாத சாதிகள் என்று சில சாதிகளை வைத்திருந்தார்கள். அச்சாதிகளுக்கு 'பஞ்சமர் சாதி' என்ற ஐந்தாவது சாதியையும் உருவாக்கினர். இதில் சக்கிலி, தோட்டி, வில்லியர், பறையர், சாம்பவர் போன்ற சாதியினர் இருந்தனர். இவர்களைத் தீண்டத்தகாதவர்கள் என்றும் கீழ்ச்சாதியினர் என்றும், ஊருக்குள் நுழைந்தால் தீட்டு என்றும் ஒதுக்கப்பட்டனர். இவ்வாறு பிறப்பது முன்வினை பலன் என்றும், கடவுள் இத்தகைய முன்வினை பலனை தீர்மானிக்கின்றார் என்றும் கூறினர். (தங்கவேலு. 2010-14).

இத்தகைய இந்து மதக் கோட்பாட்டை எதிர்த்து உருவானது தான் பௌத்த மதம். பௌத்த மதம், கடவுள் இல்லை என்றும் மனிதர் களிடையில் ஏற்றத்தாழ்வு கிடையாது என்றும் தீண்டாமை என்ற பாகுபாடு இல்லை என்றும் கூறியதால் ஒதுக்கப்பட்ட சாதியைச் சார்ந்தவர்கள் பௌத்தத்திற்கு மதம் மாறினர். இதனால் பௌத்தர் களையும் பிராமணர்கள் பஞ்சமர் சாதியில் சேர்த்தனர்.

ஒருவர் மதம் விட்டு மதம் மாறலாம். ஆனால் சாதிவிட்டு சாதி மாற முடியாது என்று இந்துமதம் கூறுகின்றது. சாதி அமைப்பு அவ்வளவு கொடுமையானது என்றும் இவை நீக்கப்பட வேண்டும் என்றும் பேசியவர்கள் பலர். ஆனால் இக்கொடுமையை ஒழிக்க பிராமணர்கள் மட்டுமல்ல பிற சாதியினரும் முன்வரவில்லை என்பது ஒருவகையான சுயநலம். சத்திரியர், வைசியர், சூத்திரர் ஆகிய

சாதியினரை பிராமணர்கள் தங்களுக்குக் கீழ்ப்படிந்த சாதியினராய் வைத்திருப்பதைப் போன்று சக்கிலி, தோட்டி, வில்லியர், பறையர், சாம்பவர் போன்ற பிற சாதியினரைத் மேல்சாதியினர் கீழ்ப்படிந்த சாதியினராக வைத்திருந்தனர். இவற்றில் ஒரு சாதியினரான முரசுப் பறையர்கள் பற்றி இனி ஆய்வு செய்வோம்.

2

தொல்பழங்கால சமுதாய அமைப்பு

உலகிலுள்ள நாடுகளில் மனித இனம் எப்படி உருவானது, எவ்வாறு பரிணாம வளர்ச்சியடைந்தது என்பதைப் பற்றிப் பல ஆய்வுகள் வெளிவந்துள்ளன. இந்த ஆய்வுகளில் மனிதன் படிப்படியாக வளர்ந்து, மனித இனம் உருவாயிற்று என்பதை மானிடவியல், புவியியல், தொல்லியல் மற்றும் சமூகவியல் ஆய்வாளர்களில் பெரும்பான்மை யானவர்கள் ஒப்புக்கொள்கிறனர். தொல்பழங்கால சமுதாயம் எவ்வாறு வளர்ந்தது என்பதைப் புரிந்துகொண்டால், வரலாற்றுக் காலத்தில் இத்தகைய வளர்ச்சியை இந்தியாவில் பிராமணர்கள் எவ்வாறு கடவுளின் பெயரால் தங்களுடைய உயர்வுக்காக மாற்றியமைத்துக் கொண்டனர் என்பதைத் தெரிந்துகொள்ள இயலும். இதனால் மனித இனம் உருவாகி வளர்ந்த வளர்ச்சிப் படிகளைப் பற்றிய விவரங்கள் கீழே தரப்பட்டுள்ளன.

டார்வின் கோட்பாடு

ஒரு காலத்தில் ஆதி மனித இனம் சூரியன், சந்திரன், விண்மீன்கள், இடி, மின்னல், காற்று, தீ போன்ற இயற்கைச் சீற்றங்களைக் கண்டு அஞ்சியது. படையல், உயிர்பலி, பொங்கல் போன்றவற்றைக் கொடுத்தால் அத்தகைய செயல்களைச் சாந்தமடையச் செய்யலாம் என்றும் நம்பினான். மனிதன் பேசத் தெரிந்த காலத்தில் இவற்றை உருவாக்கிய ஒருவன் இருந்தான் என்றும் அவனுக்குக் கடவுள், தெய்வம், தேவன், பிரம்மம் என்று பல்வேறு வகையான கற்பனைப் பெயர்களை வைத்தனர். இயற்கைச் சீற்றத்தைக் கட்டுப்படுத்த இயலாத நிலையில் அவற்றைக் கட்டுப்படுத்த தீபஆராதனை, திருவிழா, கிரியை போன்றவற்றை உருவாக்கினர். கடவுளின் உருவம் தெரியாத காரணத்தால் மனிதனைப் போன்று கடவுளுக்கும் உருவம் கொடுத்து கத்தி, சூலம், கதை, வில், அம்பு போன்றவற்றைக் கைகளில்

கொடுத்தனர். கோவில் கட்டிக் கோவிலில் இந்தக் கடவுள் உருவங்களை வைத்து வழிபட்டனர். மனிதர்களைப் போன்று கடவுள் உருவங்களையும் குளிப்பாட்டி, ஆடை ஆபரணங்களைப் பூட்டியதுடன் கடவுளுக்கும் மனைவி, மக்கள் போன்ற சொந்தங்களையும் உருவாக்கினர்.

வேட்டையாடும் தொழிலையும் பயிர்த்தொழிலையும் செய்ய இயலாத ஒரு கூட்டம் தங்களைக் கடவுளுக்கும் மனிதர்களுக்கும் இடையிலுள்ள தரகர்கள் என்றும் கடவுளை வசப்படுத்தி மனித இனத்திற்குத் தேவையானவற்றைச் செய்துகொள்ள முடிகின்ற மந்திரம், தந்திரம் போன்ற ஆற்றல் தங்களுக்கு உள்ளது என்றும் கூறி குருமார்களும், பூசாரிகளும் ஏமாற்றத் தொடங்கினர். நாளடைவில் அத்தகைய சடங்குகளும், பூசைகளும் வளர்ந்து மதங்களாகவும், மதங்கள் தொடர்புடைய தத்துவங்களாகவும் தோன்றின.

ஆனால் அறிவியல் முன்னேற்றம் காரணமாக இச்செயல்களை அறிவியல் பூர்வமாக ஆய்வு செய்ய முற்பட்டனர். சார்லஸ் டார்வின் என்ற உயிரியலாளர் உருவளர்ச்சிக் கோட்பாட்டை (Theory of Evolution) உருவாக்கினார். உலகிலுள்ள உயிரினங்கள் எல்லாம் மண்ணின் தன்மைக்கு ஏற்ப தாமாகவே தோன்றின, யாராலும் படைக்கப்பட்டவை அல்ல என்பதை நிறுவினார். மனிதனும் கடவுளால் படைக்கப்பட்டவன் இல்லை. மண்ணின் செழுமையாலும், சூரிய வெப்பம் போன்ற இயற்கை மாற்றங்களாலும் ஒன்றுகூடிய உயிரணுக்களின் உருமலர்ச்சியே (பரிணாம வளர்ச்சி) மனிதன் என்று கூறினார். பூச்சியாய், புழுவாய், நத்தையாய், மீனாய், பறவையாய், குரங்காய் வளர்ந்து இறுதியில் அவற்றின் உருவாய் மனிதன் தோன்றினான் என்று டார்வின் உருமலர்ச்சி மூலம் நிறுவினார். மனிதன் குரங்கின் நிலையைக் கடந்து, முதுகை நேர்நிறுத்தி நாலு கால்களில் இரண்டைக் கைகளாகப் பயன்படுத்தி, இரண்டு கால்களால் நடக்கக் கற்றுக்கொண்டான். டார்வின் பல ஆண்டுகள் பல நாடுகளுக்குச் சென்று ஆய்வு செய்து எழுதிய உயிரினங்களின் மூலம் (The origin of species) என்ற நூலில் அதை உறுதிப்படுத்தினார். இதைப் போன்று 18 நூல்களில் குரங்கில் இருந்து உருவ வளச்சிப் பெற்றவன் மனிதன் என்று பல சான்றுகள் மூலம் விவரித்துள்ளார். (நக்கீரன், 2006-2-5)

இந்துக்களைப் பொறுத்தளவில் டார்வின் உருமலர்ச்சிக் கோட்பாடு வருவதற்கு முன்பு தமிழ் இலக்கியங்கள் இதைத் தெளிவாகக்

கூறுகின்றன. சுமார் இரண்டாயிரம் ஆண்டுகளுக்கு முற்பட்ட தொல் காப்பியத்தில் இந்த உருவளர்ச்சி பற்றிய செய்திகள் காணப் படுகின்றன.

மாணிக்கவாசகர் தம்மைப் பல பிறப்புப் பிறந்து இளைத்தேன் என்று குறிப்பிட்டுள்ளார். இதில் உருமலர்ச்சி எவ்வாறு நடந்தது என்று கூறவில்லை. ஆனால்

புல் ஆகிப் பூடாய் புழுவாய் மரம் ஆகிப்
பல் மிருகம் ஆகிப் பறவையாய் பாம்பு ஆகி
கல்லாய் மனிதனாய்ப் பேயாய்க் கணங்களாய்
வல் அசுரர் ஆகி முனிவராய்த் தேவராய்ச்
செல்லாஅ நின்ற இத்தாவர சங்கமத்துள்
எல்லாப் பிறப்பும் பிறந்து இளைத்தேன் (சிவபுராணம்)

பல பிறவிகள் எடுத்தேன் என்பது தெளிவாகின்றது. சைவ சித்தாந்தமும் எழு பிறப்பு என்பது 'ஏழுவகைப் பிறப்பு' என்றும் ஊர்வன, நீர்வாழ்வன, பறவைகள், மிருகங்கள், தாவரம், மானிடர், தேவர் என்று வரிசைபடுத்தியுள்ளது. இதைப் போன்று விஷ்ணு எடுத்த பத்து அவதாரங்களில் ஐந்து அவதாரங்கள் உருமலர்ச்சிக் கோட்பாட்டைக் கூறுகின்றது. மீன் (மச்சம்), ஆமை (கூர்மம்), பன்றி (வராகம்), வாமனம் (குள்ளன்), பாதி மிருகம் பாதி மனிதன் (நரசிம்மம்) என்பன உருமலர்ச்சியை அல்லது உருவ வளர்ச்சியைக் கூறுகின்றது என்பதை ஒப்புக்கொள்கின்றனர்.

உலகத்தையும் அதிலுள்ள உயிர்களையும் கடவுள் படைத்தார், அதைப் போன்று ஆணையும், பெண்ணையும் கடவுள் படைத்தார் என்று மதங்களும், மதவாதிகளும் கூறிவந்த படைப்புக் கோட்பாட்டை டார்வினின் உருவ வளர்ச்சிக் கோட்பாடு தகர்த்து எறிந்தது. எனவே மனித இனம் மண்ணையும் இயற்கையின் மாற்றங்களையும் அடிப்படையாகக் கொண்டு படிப்படியாக வளர்ந்த உயிரினம் என்பது உண்மை.

சமுதாய உருவாக்கம்

உலகில் மனிதனின் தோற்றம் எப்பொழுது உருவாயிற்று என்பதில் உலக நாடுகளில் பலவகையான கருதுகோள்கள் முன்வைக்கப் பட்டுள்ளன. ஆனால் தமிழகத்தில் மனித இனம் சுமார் 2,50,000 ஆண்டுகளுக்கு முன்பிருந்து வாழ்ந்ததற்கான தடயங்கள் கிடைத்துள்ளன. இதைத் தொல்லியல் ஆய்வாளர்களும், நிலவியல்

ஆய்வாளர்களும் உறுதிப்படுத்தியுள்ளனர். இதற்கு முன் தமிழகத்தில் மக்கள் வாழ்ந்ததற்கான தடயங்கள் கிடைக்கவில்லை. மனித இனம் எவ்வாறு உருவாயிற்று என்பதில் கருத்து வேறுபாடுகள் காணப் பட்டபோதிலும் டார்வின் கோட்பாட்டின்படி மனித இனம் படிப்படியாக வளர்ந்தது என்பது ஒப்புக்கொள்ளப்பட்ட உண்மை.

இவ்வாறு பரிணாம வளர்ச்சியடைந்த மனித இனம் தொடக்கக் காலத்தில் மிருகங்களைப் போன்று கூட்டம் கூட்டமாக வாழ்ந்தனர். மிருகங்களைப் போன்றே மனித இனமும் உணவைத் தேடி நாடோடி களாகத் திரிந்தனர். காட்டில் கிடைக்கும் காய், கனி, மிருகங்களின் மாமிசம் போன்றவையே அவர்களுடைய உணவு என்பதை உணர்ந்தனர். இதனால் கிழங்குகளைத் தோண்டுவதற்கும், காய்களை வெட்டுவதற்கும், மிருகங்களின் மாமிசத்தை அறுப்பதற்கும் ஆயுதங்களின் தேவையை உணர்ந்தனர். இதனால் இயற்கையாகக் கிடைத்த கற்களை உடைத்துக் கூர்மையாக்கி கற்கருவிகளைப் பயன்படுத்தியதால் இக்காலம் கற்காலம் என்று பெயரிடப்பட்டது. இது மனித இனத்தின் முதல் தொழில்நுட்பம் என்பதுடன் மனித நாகரிக வரலாற்றின் முதல் கட்டம்.

மனித இனத்தின் அறிவு வளர்ச்சியால் கற்கருவிகளை உருவாக்குவதில் பல வகையான புதிய தொழில்நுட்பங்கள் உருவாக்கப்பட்டன. நீர்நிலைகளின் அருகில் நிலையான வாழ்க்கை வாழ முற்பட்டனர். நிலையான வீடுகளைக் கட்டக் கற்றுக் கொண்ட துடன், வேட்டையாடிய மிருகங்களின் குட்டிகளையும் வளர்க்கக் கற்றுக்கொண்டனர். தொடக்க காலத்தில் இவ்வாறு கால்நடைகளை வளர்க்க முற்பட்ட இனக்குழு மக்கள் காலப்போக்கில் வளர்ந்து கால்நடை வளர்ப்புச் சமுதாயமாக உருமாற்றம் பெற்றனர். சுமார் பத்தாயிரம் ஆண்டுகளுக்கு முன் நிலையான வாழ்க்கை, மேட்டுநில விவசாயம், கால்நடை வளர்ப்பு போன்ற புதிய வாழ்க்கை முறைகளை கண்டுபிடித்ததால் இக்காலம் புதிய கற்காலம் என்று பெயரிடப் பட்டது. இது மனித சமுதாய வளர்ச்சிநிலையின் இரண்டாம் கட்ட வளர்ச்சி நிலையாகும். *(தி. சுப்பிரமணியன், 207-49-51)*

மனித இனத்தின் மூன்றாம் கட்ட வளர்ச்சி நிலை என்பது உலோகக் காலம் அல்லது இரும்புக் காலம் என்று பெயரிடப்பட்டது. கற்கருவிகளைக் காட்டிலும் எளிமையாகவும், கூர்மையாகவும் உள்ள ஆயுதங்கள் இருந்தால் வாழ்க்கையில் பல முன்னேற்றங்கள் ஏற்படும் என்று எண்ணினர். எதிர்பாராமல் செம்பு, இரும்பு ஆகிய இரண்டு

உலோகங்கள் கண்டுபிடிக்கப்பட்டன. செம்பைக் காட்டிலும் இரும்பு உறுதியாகவும் எளிதாகவும் கிடைத்ததால் இரும்பை உருக்கும் தொழில்நுட்பத்தை உருவாக்கினர். இரும்பு மனித வாழ்க்கை முறையையே மாற்றியமைத்தது. இரும்புக் கருவிகள் வேட்டையாடும் தொழிலுக்கும், பயிர்த் தொழிலுக்கும் முதுகெலும்பாக இருப்பதை உணர்ந்தனர். இரும்புக் கருவிகளைப் பயன்படுத்தியும், அவர்கள் வளர்த்த கால்நடைகளைக் கொண்டும் பயிரிடக் கற்றுக்கொண்டனர். உணவுப் பொருள்களின் உற்பத்தி பெருகியது. (மேலது. 2017-96-97) மழைக் காலங்களில் பயிர்த்தொழில் செய்து தானியங்களைச் சேமித்து வைத்தனர். இனக்குழு மக்களின் தேவைக்கு அதிகமான தானியங்கள் சேகரித்து வைத்து, அதை வெயில் காலங்களில் பகிர்ந்து உண்ணக் கற்றுக்கொண்டனர்.

குடித்தலைவர்

குடி என்பது இனக்குழு மக்களின் அடிப்படைக் கூறு. பல குடிகள் ஒன்றாக இணைந்தது ஓர் இனக்குழு அமைப்பு. இனக்குழுவில் அனைவரும் சமமானவர்கள். ஏற்றத்தாழ்வுகள் இல்லாத சமத்துவ சமூகமாக அக்காலச் சமுதாயம் இருந்தது. பயிர்த்தொழில், வேட்டையாடும் தொழில், கால்நடை வளர்ப்பு போன்றன சமத்துவமாக இருந்தன. உணவுப் பொருள்கள் குடியில் உள்ளவர்கள் அனைவருக்கும் சமத்துவமாகப் பகிர்ந்து அளிக்கப்பட்டன. இதனால் இனக்குழு மக்கள் கூட்டம் கூட்டமாக வாழ்ந்தனர். இருப்பினும் ஒவ்வொரு குடிக்கும் ஒவ்வொரு குடித்தலைவன் இருந்தான். தேவைக்கு அதிகமான தானியங்களைச் சேமித்து வைப்பதற்கும், அவற்றை ஒவ்வொரு குடிக்கும் பகிர்ந்து கொடுப்பதற்கும் மூத்தோர் குழு, குடிமுதல்வன், குடித்தலைவன் போன்றவர்கள் உருவானார்கள்.

ஏறத்தாழ கி.மு.1000 வரையில் இத்தகைய சமுதாய அமைப்பு முறையே நிலவியது என்பதைத் தொல்லியல் ஆய்வாளர்களும், மானிடவியல் ஆய்வாளர்களும் ஒப்புக்கொள்கின்றனர். இதன் பின்னர் சமுதாயத்தில் இருந்த குடித்தலைவர்கள் அப்பகுதியில் இருந்த பிற இனக்குழு மக்களை அவர்களுடைய கட்டுப்பாட்டிற்குக் கொண்டு வந்தனர். தங்களைவிட வலிமையாக இருந்த இனக்குழுவிடம் மணஉறவு மூலம் இணைந்தனர். சில இனக்குழுவுடன் சண்டை செய்து, வென்று அவர்களையும் தங்களுடைய கட்டுப்பாட்டின் கீழ்க் கொண்டுவந்தனர். இதைப் போன்று ஓர் இனக்குழு தன்னைச் சுற்றி

இருந்த பல இனக்குழுக்களைத் தங்களுடைய கட்டுப்பாட்டின் கீழ்க்கொண்டுவந்தனர். இதனால் குடித்தலைவன் பல குடித் தலைவர்களை ஒரு குடித்தலைவன் கீழ்க்கொண்டு வரும்போது அந்தத் தலைவனுக்கு 'வேளிர்' என்ற பெயர் கொடுக்கப்பட்டது. வேளிர் என்பது பல இனக்குழுக்களின் தலைவன் என்ற பொருளிலும், பல இனக்குழு மக்களின் பாதுகாவலன் என்ற பொருளிலும் இந்தச் சொல் பயன்படுத்தப்பட்டது.

வேளிர் என்ற தலைவன் குறிப்பிட்ட நிலப்பரப்பை அல்லது குறிப்பிட்ட ஆட்சிப் பகுதியைத் தன்னுடைய கட்டுப்பாட்டில் கொண்டு வந்த பின்னர் மன்னன் அல்லது அரசன் என்று அழைக்கப் பட்டான். மன்னனுக்கு அரண்மனை, நகரம், நாடு, போர் வீரர்கள் போன்றன இன்றியமையாதவையாக இருந்தன. இத்தகைய மன்னர்களின் ஆட்சி சங்க காலத்திலும் அதற்குப் பின்னரும் அதாவது கி.பி.3ஆம் நூற்றாண்டிற்குப் பின்னரும் உருவாயிற்று. சங்ககால மன்னர்களான சேர, சோழ, பாண்டியர் போன்ற அரச மரபினர் வேளிர் என்ற நிலையிலிருந்து அரச மரபினராக வளர்ந்தனர் என்பதைத் தொல்லியல், மானிடவியல் மற்றும் இலக்கியச் சான்றுகள் கூறுகின்றன. எனவே பழங்குடிகளாக இருந்தவர்கள் பொருளாதார நிலை வளர்ந்ததால் மன்னர்களாக மாறினர் என்பது உலக நியதி. *(மேலது. 2017-122)*

ஆரியர்களின் வருகை

ஆரியர்கள் வடஇந்தியாவிலுள்ள சப்தசிந்து வழியாக இந்தியாவிற்கு வந்தவர்கள். ஆரியர்கள் இந்தியாவிற்கு வந்தபோது நாடோடி களாகவும், இனக்குழுக்களாகவும், யாகங்களைச் செய்கின்ற வழக்கத்தை உடையவர்களாகவும் குடியேறினார்கள். ஆடு, மாடு வளர்ப்பதே இவர்களுடைய முக்கியமான தொழில். தேவர்களைத் துதிப்பது, எதிரிகளை ஒழிப்பது, செல்வத்தைச் சேர்ப்பது ஆகியன இவர்களின் நோக்கங்கள் என்று ரிக்வேதம் கூறுகின்றது. அஸ்வமேத யாகம், இராஜசுய யாகம் போன்ற யாகங்களைச் செய்கின்ற போது பசு, ஆடு, குதிரை போன்ற மிருகங்களைப் பலியிடுவதை நடைமுறை யாகக் கொண்டிருந்தனர். இந்த யாகங்களில் கால்நடைகளைப் பலியிட்டும் மிருகங்களின் மாமிசத்தை உணவாக உண்பவர்களாகவும் இருந்தனர் என்பதை வேதங்களும் புராணங்களும் குறிப்பிடுகின்றன. தைத்ரிய பிராமணம் பசுவின் இறைச்சி முக்கியமான உணவு என்று

கூறுகின்றது. இதைப் போன்று யக்னவால்கியர் தமது நூலில் பசுவின் இறைச்சி பிராமணர்களுக்குத் தேவையான உணவு என்றும் குறிப்பிடுகின்றார்.

இந்தியாவில் பழமையான வேதங்கள், உபநிடதங்கள், பிராமணங்கள் போன்றன கி.மு. 1500க்கும் 600க்கும் இடைப்பட்டக் காலத்தைச் சார்ந்தவை என்று காலம் கூறப்பட்டுள்ளது. இவற்றில் யாகங்கள் செய்வதற்காக பசு, ஆடு, குதிரை போன்று பல வகையான மிருகங்கள் பலியிடப்படுகின்ற வழக்கம் உண்டு என்ற குறிப்புகளும் காணப்படுகின்றன. தர்மசாஸ்திரங்கள், கிரகசூத்திரம், ஸ்மிருதிகள், இதிகாசங்கள் போன்ற நூல்களில் பசு, ஆடு, குதிரை, எருமை போன்ற மிருகங்கள் பலியிடுவதைப் பற்றியும், அவற்றை உணவாக உண்பது பற்றியும் பல இடங்களில் குறிப்புகள் வருகின்றன.

ரிக்வேதத்தில் இந்திரனுக்காகப் பசுவைப் பலியிட்டு யாகம் செய்தால் அவனுடைய எதிரிகளை எளிதில் வெல்ல முடியும் என்ற குறிப்புகள் உள்ளன. இந்திரன் மாட்டு இறைச்சியை விரும்பி உண்பவர் என்றும் மற்றொரு இடத்தில் குறிப்பு உள்ளது. தைத்ரிய பிராமணத்தில் 100 பசுக்களை யாகத்தில் பலி இடுவது பெருமையாகக் கூறப்பட்டுள்ளது. சதபத பிராமணத்திலும் அய்த்திரிய பிராமணத் திலும் பசு, ஆடு போன்ற பல வகையான மிருகங்களைப் பலி யிடுவதும் அவற்றை உணவாக உண்பதைப் பற்றியும் பல இடங்களில் குறிப்புகள் காணப்படுகின்றன. ஆடு, மாடு போன்ற மிருகங்களை யாகங்களுக்காகப் பலியிடுவதால் நன்மைகள் விளைவிக்கும் என்று வேத காலத்திய நூல்களும் அதற்குப் பின்னர் வந்த புராணங்களும் குறிப்பிடுகின்றன. சுத்த நிகாடா (Sutta Nikata) என்ற நூலில் இச்சுவாகு அரசன் ஆயிரக்கணக்கான பசுக்களை பிராமணர்களின் வார்த்தையைக் கேட்டு யாகத்திற்காகப் பலியிட்டான் என்ற செய்தியும் காணப்படு கின்றது. (ஜா. 2001-63)

அய்த்திரிய பிராமணத்தில் திருமணம் நடைபெறும் போது பசுவை உணவாகக் கொடுக்க வேண்டும் என்று கூறுகின்றது. மற்றொரு இடத்தில் விருந்தினருக்கு இது சுவையான உணவு என்றும் கூறுகின்றது. (ஜா. 2001- 32) மகாபாரதக் கதைகளிலும் மிருகங்களின் உணவைப் பற்றிய குறிப்புகள் வருகின்றன. பாண்டவர்கள் 12 ஆண்டுகளாக காட்டில் வனவாசம் சென்ற போதும், ஜெயத்ரதனின் வீட்டிலும் இறைச்சி உணவாகக் கொடுக்கப்பட்ட செய்திகள் காணப்படுகின்றன. குப்தர்களின் காலத்தில் அதாவது ரண்டிதேவன்

என்ற மன்னனின் காலத்தில் அவனுடைய சமையல் அறையில் நாள்தோறும் பலவகையான மிருகங்கள் உணவிற்காகப் பலியிடப் பட்டன என்று டி.என். ஜா தம்முடைய பசுவின் புனிதம் என்ற புத்தகத்தில் ஆதாரங்களுடன் வெளியிட்டுள்ளார். (ஜா. 2001-34)

சமணமும் பௌத்தமும்

ஆரியர்கள் குடிபெயர்ந்து இந்தியாவிற்கு வந்தபோது பலவகையான யாகங்களுக்காக நூற்றுக்கணக்கான கால்நடைகளைப் பலியிட்டனர். பலியிடும் கால்நடைகளில் பசு, ஆடு, குதிரை போன்றன குறிப்பிடத் தக்கன. இந்த யாகங்கள் அரசனின் நலனுக்காகவும், நாட்டின் நலனுக்காவும் செய்யப்பட்டவை என்று கூறினர். இதனால் அரசர்களும், செல்வந்தர்களும் யாகங்கள் செய்ய முன்வந்தனர். யாகங்களுக்குத் தேவையான கால்நடைகளை நாட்டிலுள்ள மக்களிடம் இருந்து பெற்று பலியிட்டனர். இதனால் நாட்டிலுள்ள கால்நடைகளின் எண்ணிக்கை குறையும் நிலை ஏற்பட்டது. அக்காலத்தில் கால்நடை களையே சொத்தாகவும், வேளாண்மையின் முதுகெலும்பாகவும் வைத்திருந்த காரணத்தால் கால்நடைகளை யாகங்களுக்காக இழக்க மக்கள் விரும்பவில்லை. ஆகவே யாகங்கள் நடத்துவதற்குத் துணையாக உள்ள அரசர்களின் மீதும், யாகங்கள் செய்கின்ற பிராமணர்கள் மீதும் வெறுப்புணர்வு வளர்ந்தது. இதனால் இந்து சமயத்தின் மீதும், யாகங்களின் மீதும் வெறுப்பு எற்பட்டது. உயிர் வதையைத் தடுக்கும் சமணம், பௌத்தம் போன்றவை பலி இடுவதையும், யாகங்களையும் எதிர்த்தன. மக்களின் நலனைக் காத்ததால் சமணம், பௌத்தம் போன்ற மதங்களை மக்கள் விரும்பினர். இனக்குழு சமுதாயத்தில் இருப்பவர்கள் இந்துமதத்தை விட்டுவிட்டு சமணம், பௌத்தம் போன்ற மதங்களுக்கு மாறினர். பௌத்தமும் சமணமும் வளர்ந்தன.

வர்ணக்கோட்பாடு மற்றும் பலியிடுவதால் இந்து மதத்திலிருந்து மற்ற மதங்களுக்கு மதம் மாறுவதைத் தடுக்கவும், அவர்களின் நம்பிக்கையைப் பெறவும் இந்து மதத்திலும் அகிம்சைக் கோட்பாடு களைக் கொஞ்சம் கொஞ்சமாக பிராமணர்கள் கொண்டுவந்தனர். சமணமும் பௌத்தமும் உயிர்வதையைத் தடுத்ததுடன் சமுதாயத்தின் வளர்ச்சிக்கும், கால்நடைகளின் வளமைக்கும் அச்சமயங்களின் கோட்பாடுகள் மாற்றப்பட்டன. இனக்குழு மக்களின் வழிபாட்டு முறைகளுக்கு ஏற்றாற் போன்று சமண, பௌத்த சமயக் கொள்கைகள்

உருமாற்றம் செய்தன. இதனால் பெரும்பாலான மக்கள் சமண, பௌத்த மதங்களுக்கு மாறினர். சமுதாயத்தில் இந்துமதத்தின் செல்வாக்குக் குறையத் தொடங்கியது. இந்து சமயத்தை வளர்க்க வேண்டிய தேவை ஏற்பட்டதால் சமண, பௌத்த மதங்களில் இருந்த கொள்கைகளை இந்து மதத்திலுள்ளவர்களும் பின்பற்ற முற்பட்டனர். (மேலது)

இந்து மதப் புராணங்களும், இலக்கியங்களும் உயிர்வதை செய்வதைத் தடுத்து, அக்கொள்கைகளை இந்து மதக்கொள்கையாக மாற்றிக்கொண்டன. இதன் விளைவால் சமணத்தையும், பௌத்தத்தையும் எதிர்த்தனர். பௌத்தத்தையும் சமணத்தையும் சார்ந்தவர்களைத் தீண்டத்தகாதவர்கள் என்று இந்து மதத்தில் உள்ளவர்கள் கூறினர். பசுவின் இறைச்சியை உண்பவர்கள் கீழ்ச் சாதியினர் என்றும் ஒதுக்கப்பட்டனர். அரச மரபினர், செல்வந்தர்கள் மற்றும் வணிகர்களின் உதவியுடன் இந்துமதக் கோட்பாடுகளை மாற்றி அமைத்தனர். அகிம்சை என்பது இந்துமதத்தின் கோட்பாடாக மாற்றப்பட்டது. இதன் விளைவாக தமிழகத்தில் சமணர்கள் கழுவேற்றப்பட்டனர்.

அகிம்சைக் கோட்பாடு

வடஇந்தியாவில் அகிம்சையைப் பற்றிய செய்திகள் முதன்முதலில் உபநிடதங்களிலும் பிற்கால இலக்கியங்களிலும் வருகின்றன. அதற்கு முன்பு மிருகங்களைப் பலியிடுவது வாழ்க்கையின் ஓர் அங்கமாக இருந்தது. மௌரியர்களின் காலம் வரையில் அகிம்சை நடைமுறையில் இல்லை. மனுதர்ம நூலில் (கி.மு. 200 கி.பி.200) சில மிருகங்களைப் பலியிடுவது தடுக்கப்பட்டுள்ளது. அங்குற்ற நிகாயா (Anguttara Nikaya) என்ற நூலில் பிராமணர்கள் மிருகங்களைப் பலியிடுகின்ற வழக்கத்தை புத்த மதத்தினர் எதிர்த்தனர் என்ற குறிப்பு வருகின்றது. சம்யுத்த நிகாயா (Samyutta Nikaya) என்ற மற்றொரு நூலில் கோசல நாட்டு மன்னன் 500 எருது, 500 பசு, 500 கன்றுகள் பலியிடுவதற்காக வைத்திருந்தனர் என்றும் புத்தரின் அகிம்சைக் கோட்பாட்டினால் பலியிடுவது தவிர்க்கப்பட்டது என்றும் அந்த நூலில் குறிப்புகள் காணப்படுகின்றன. (ஜா. 2001-63-65) இச்செயல் தொடர்பாக செல்வந்தர்களாக இருந்த பல பிராமணர்கள் புத்தரை நேரடியாகச் சென்று விவாதித்தனர். புத்தர் கால்நடைகள் நம்முடைய மூதாதையர்கள் என்றும் அவை நமக்குத் தேவையான

உணவுப் பொருள்களைத் தருகின்றன என்றும் வேளாண்மைக்கு இவையே முக்கியமான காரணமாக இருக்கின்றன என்றும் இவற்றைப் பலியிடுவது பாவச் செயல் என்றும் கூறினார். இதனால் பலியிடுவதை நிறுத்திவிட்டனர் என்று கூறுகின்றது. (மேலது)

புத்தருடன் நடைபெற்ற வாக்குவாதங்களில் ஒன்று குறிப்பிடத் தக்கது. வாக்குவாதத்தின் போது கால்நடைகளைப் பலியிட்டால் மேல் உலகை அடையலாம் என்று பிராமணர்கள் கூறினர். அதற்கு புத்தர் பின்வருமாறு குறிப்பிட்டுள்ளார். ஐந்து அறிவுபடைத்த மிருகங் களைப் பலியிடுவதைக் காட்டிலும் ஆறு அறிவு படைத்த மனிதர் களைப் பலியிட்டால் கடவுளுக்கு நல்லது என்று புத்தர் கூறினார். இதனால் மனமாற்றம் அடைந்த பல ஆரியர்கள் இந்துமதத்தில் உயிர்வதை செய்வதைத் தடுத்தனர். பலர் பௌத்தத்திற்கு மதம் மாறினர்.

வர்ணங்கள்

ஆரியர்களால் வர்ணக் கோட்பாடு அல்லது சாதி அமைப்புகள் உருவாக்கப்பட்டன. ஆனால் வர்ணக் கோட்பாடு எவ்வாறு உருவாயிற்று என்பதில் பலவகையான கருத்துவேறுபாடுகள் காணப்படுகின்றன. ஆரியர்கள் வெளிர் நிறம் உடையவர்கள். ஆனால் இந்தியாவில் இருந்த பூர்வகுடிகள் கறுப்பு நிறம்கொண்டவர்கள். ஆரியர்கள் தங்களை வேறுபடுத்திக் காட்டுவதற்காக வர்ணத்தைக் கொண்டுவந்தனர் என்று சில ஆய்வாளர்கள் கருதுகின்றனர். வடஇந்தியாவில் ஆரியர்கள் பூர்வகுடிகளாக இருந்த தாசர்களையும், தஷ்யூக்ளையும் வென்று அடக்கி அவர்களை அடிமைகளாகவும், சூத்திரர்களாகவும் மாற்றினர். பிற இனக்குழுக்களிடம் கொள்ளை அடித்த பொருள்களை இனக்குழுத் தலைவர்களும், மதகுருமார்களும் பகிர்ந்துகொண்டதால் சமுதாயத்தில் ஏற்றத்தாழ்வுகள் ஏற்பட்டன. இத்தகைய சூழ்நிலையே சாதிய அமைப்பு உருவாவதற்கு வித்திட்டது என்று டி.என். ஜா கருதுகின்றார். இதைப் போன்று ஆறு வகையான கருதுகோள்கள் இன்றுவரையில் வரலாற்று ஆய்வாளர்களாலும், மானிடவியல் மற்றும் சமூகவியல் ஆய்வாளர்களாலும் முன்வைக்கப் பட்டுள்ளன.

1. இனம் அல்லது நிறம் சார்ந்த வேறுபாடுகளால் சாதிய அமைப்புகள் உருவாயிற்று என்னும் கருதுகோள், 2. பிராமணர்கள் உயர்ந்தவர்கள் என்ற அரசியல் பாகுபாடு காரணங்களால் உருவாயிற்று

என்ற கருதுகோள், 3. செய்கின்ற தொழில் அடிப்படையில் உருவானது சாதி என்ற கருதுகோள், 4. இனக்குழுவும் வியாபாரிகளும் இணைந்ததால் அந்த அமைப்புகளின் அடிப்படையில் உருவானது என்ற கருதுகோள், 5. சமயம் அல்லது வழிபாடு தொடர்பான காரணங்களால் உருவானது, 6. மனித பரிணாம வளர்ச்சியினால் உருவானது என்ற ஆறு வகையான கருதுகோள்கள் முன்வைக்கப் பட்டுள்ளன.

மேலே கூறப்பட்ட கருதுகோள்கள் தக்க சான்றுகளைக்கொண்டு நிரூபிக்கப்படாததால் இவை ஏற்றுக்கொள்ளப்படவில்லை. இதுவரையில் உறுதியான காரணங்கள் கிடைக்காததால் சாதி அமைப்பு எவ்வாறு உருவானது என்பதைக் கூற இயலவில்லை. இப்படி உருவாகி இருக்கலாம் என்று அனுமானித்துக் கூறுகின்றனர்.

வடஇந்தியாவில் ஆரியர்கள் குடியேறியபோது எந்தவிதமான வேறுபாடுகளும் இன்றி குடியேறினார்கள் என்றும் இவர்களிடையில் ஏற்பட்ட வேலைப் பிரிவினையின் அடிப்படையில் பிராமணர்கள் என்றும் சத்திரியர்கள் என்றும் இரண்டு பிரிவுகள் உருவாயிற்று என்றும் ஒரு கருத்து உள்ளது. வெளிநாட்டினரின் படையெடுப்பால் இத்தகைய மாற்றம் ஏற்பட்டது என்றும் கருதுகின்றனர். ஆரியர், சத்திரியர் என்ற பாகுபாடு பின்னர் வளர்ந்து அதிகாரப் பிரிவினையாக வடிவெடுத்தது. இவர்களுடைய சமுதாய நிர்வாகத்திற்காக வர்ணதர்மம் உருவாக்கப்பட்டது. பழங்குடி மக்களால் புரிந்துகொள்ள இயலாத விவரங்களான கடவுள், ஆன்மிகவாதம், மறுபிறப்புக் கோட்பாடு போன்றவற்றை இதற்கு முன்வைத்தனர். கீழ்நிலையில் உள்ளவர் களுக்கு இப்பிறப்பில் ஏற்படும் நெருக்கடிகள் எல்லாம் மறுபிறப்பில் தீரும் என்று அதற்குச் சமமான கோட்பாட்டை உருவாக்கினர். இதனால் ஏழை, பணக்காரன், அடிமை போன்ற வேறுபாடுகள் தோன்றின. இதைத் தொடர்ந்து வர்ணக் கோட்பாடு உருவாயிற்று என்ற ஒரு கருத்தும் நிலவுகின்றது. *(கருணா மனோகரன். 2006-34-35)*

மனுதர்மக் கோட்பாட்டின்படி சமுதாயத்தில் உள்ளவர்கள் சதுர் வர்ணத்திற்கு உள்ளே உள்ளவர்கள் என்றும், வெளியில் உள்ளவர்கள் என்றும் இரு முக்கியமான சமூகப் பிரிவுகளாகப் பிரிக்கப்பட்டனர். இதைத் தெளிவாகக் கூறவேண்டுமானால் பிராமணர்கள், சத்திரியர்கள், வைசியர்கள், சூத்திரர்கள் மற்றும் அந்தியஜஸ் (தீண்டத் தகாதவர்கள்) என்று வகைப்படுத்தப்பட்டனர். சதுர்வர்ணத்தில் உள்ளவர்கள் பிராமணர்கள், சத்திரியர்கள், வைசியர்கள், சூத்திரர்கள் என்ற நான்கு

வேறுபட்ட வகுப்பினரைக் கொண்ட கூட்டு அமைப்பு. பிரஜாபதியின் வாயிலிருந்து பிறந்தவர்கள் பிராமணர்கள், தோளில் இருந்து பிறந்தவர்கள் சத்திரியர்கள், தொடையிலிருந்து பிறந்தவர்கள் வைசியர்கள், பாதங்களிலிருந்து பிறந்தவர்கள் சூத்திரர்கள் என்று ரிக் வேதம் கூறுகின்றது. இந்த அமைப்பின் அடிப்படையில் தொழில் களும் வரையறுக்கப்பட்டுள்ளன. பிராமணர்களின் தொழில் கற்றலும் கற்பித்தலுமாகும். சத்திரியர்களின் தொழில் போரிடுவதாகும். வைசியர்களின் தொழில் வணிகம் செய்தல், சூத்திரர்களின் தொழில் தங்களுக்கு மேலே உள்ள மூன்று சாதியினருக்கும் ஏவல் பணியாளர் களாக பணிபுரிதல் என்று வரையறை செய்துள்ளனர்.

ரிக் வேதத்தில் முதலில் உள்ள ஒன்பது அத்தியாயங்களில் வர்ணம் பற்றிய குறிப்புகள் காணப்படவில்லை. பத்தாவது அத்தியாயத்தில் வர்ணங்கள் பற்றிய செய்திகள் உள்ளன. எனவே ரிக்வேதத்தில் வர்ணங்கள் என்பது பின்னர் சேர்க்கப்பட்டது என்பதில் கருத்து வேறுபாடுகள் இல்லை. இது யாரிடம் தோன்றியது என்பதற்குப் பலவகையான கருதுகோள்கள் கூறப்பட்டுள்ளன. வர்ணங்கள் புருஷனிடமிருந்தும், மனுவிடமிருந்தும், பிரஜாபதியிடமிருந்தும், விராத்தியனிடமிருந்தும், சோமனிடமிருந்தும் தோன்றியது என்று பல வேறுபட்டக் கருதுகோள்களை வேதங்கள் கூறுகின்றன. ஆனால் பிராமணங்கள் மாறுபட்டக் கருத்தைக் கூறுகின்றன. தைத்ரேய பிராமணம் முற்றிலும் மாறுபட்டக் கருத்தைக் கூறுகின்றது. பிராமணர்கள் கடவுள்களுக்குப் பிறந்தவர்கள் என்றும், சூத்திரர்கள் அசுரர்களுக்குப் பிறந்தவர்கள் என்றும் கூறுகின்றது. இராமாயணமும், மகாபாரதமும் நால்வகை வருணங்களுக்கு மனுவே காரணம் என்று கூறுகின்றன.

பகவத்கீதையில் இந்துக்களின் கடவுளான கிருஷ்ணன் தனது கீதையில் சதுர்வருண முறையை ஏற்படுத்தியதாகவும் ஒரு கோட்பாடு விளக்குகின்றது. எனவே வர்ணங்கள் அல்லது சாதிய அமைப்பு எவ்வாறு உருவாயிற்று என்பதைக் கூறும் போது கருத்துவேறுபாடுகள் காணப்படுகின்றன.

தொடக்க காலத்தில் வடஇந்தியாவில் ஆரியர்களிடையில் பிராமணர் என்றும் சத்திரியர் என்றும் இரண்டு வர்ணங்களை மட்டும் உருவாக்கினர். பின்னர் வைசியர், சூத்திரர் என்ற பிரிவுகளை உருவாக்கினர். பிராமணப் பிரிவைச் சார்ந்தவர்களுக்கு கற்றலும், கற்பித்தலும் அவர்களுடைய தொழில். சத்திரியர் என்பவர்கள்

போர்வீரர்கள் அல்லது நாட்டைப் பாதுகாக்கின்ற தொழிலைச் செய்பவர்கள். வைசியர் என்பவர்களின் தொழில் வியாபாரம் செய்வது. மேற்கண்ட மூன்று தொழில்களைத் தவிர மற்ற எல்லாத் தொழில்களும் சூத்திரர்கள் செய்தனர். சூத்திரர் என்பதற்கு 'கயிறு' என்று பொருள். பம்பரம், கயிறு இன்றி எவ்வாறு சுற்றாதோ அது போன்று சூத்திரர் இன்றி எந்தத் தொழிலும் நடைபெறாது என்பது அதன் பொருள். வேளாண்மை முதல் எல்லாப் பணிகளையும் அவர்களே செய்தனர். பின்னர் பிற இனங்களில் இருந்தவர்கள் வீரர்களாகவும், வணிகர் களாகவும் அதாவது சத்திரியர்களாகவும், வைசியர்களாகவும் தொழில் செய்பவர்களாக இருந்தார்கள். ஆனால் பிராமணர்கள் மட்டும் அவர்களுடைய தொழிலை மற்றவர்கள் செய்ய அனுமதிக்கவில்லை. மற்றவர்கள் அவர்களுடைய தொழிலுக்கு வந்துவிடக்கூடாது என்பதற்காக பிறப்பில் மேல் சாதி என்றும் மற்றவர்கள் கீழ்ச்சாதியினர் என்றும் பாகுபாட்டைக் கொண்டு வந்தனர். தங்களுடைய தொழிலை இன்றுவரையில் மற்றவர்களுக்கு விட்டுத்தரவில்லை என்பது உண்மை.

பஞ்சமர்

மேலே கூறப்பட்ட சாதிகளைவிட தாழ்வான சாதி ஒன்றையும் உருவாக்கினர். அவர்கள்தாம் 'பஞ்சமர்' என்று அழைக்கப்பட்டனர். பள்ளர், பறையர், அருந்ததியர், வண்ணார், நாவிதர் போன்ற சில சாதியினர் இதில் இருந்தனர். இவர்கள் தீண்டத்தகாதவர்கள், பார்க்கத் தகாதவர்கள் என்று ஒதுக்கி வைக்கப்பட்டனர். (தங்கவேலு. 2010-94-95) ஆனால் இவர்களுடைய வேலைகள் மட்டும் மேல்சாதியினருக்கு ஏற்புடையதாக இருந்தன. பெரும்பாலும் அந்தந்தப் பகுதியிலிருந்த பூர்வீகக்குடிகளைப் பஞ்சமர் சாதியில் சேர்த்து அவர்களை அடிமைகளாக்கினர். அப்பொழுது உருவான தீண்டத்தகாதவர் என்ற எண்ணம் இன்றுவரை வழக்கத்தில் உள்ளது.

வடஇந்தியாவில் இருந்த வர்ணக் கோட்பாடு வளர்ச்சியடைந்த பின்னர் தமிழ்நாட்டிற்கு வந்தது என்பது ஏற்புடையதாக உள்ளது.

தமிழ்நாடு

தமிழத்தில் வடஇந்தியாவைப் போன்ற சமுதாய நிலை கி.மு. 1000இல் இல்லை. தமிழகத்திலிருந்த சமுதாய நிலை சற்று வேறுபட்டு இருந்தது. வடஇந்தியாவில் இருந்த சத்திரியர்களும், பிராமணர்களும் இணைந்து தமிழகத்திற்கு வரவில்லை. பிராமணர்கள் மட்டும் தமிழ்நாட்டிற்கு

வந்தனர். தமிழகத்தில் இனக்குழு அமைப்பும், தமிழ்மொழியும் வலுவாக இருந்ததால் இங்கு பிராமணர்களால் தனியாக ஆதிக்கம் செலுத்த இயலவில்லை. இங்கிருந்த அரச மரபினர்கள், வணிகர்கள், செல்வந்தர்கள் போன்றவர்களின் துணையுடன் தங்களுடைய ஆதிக்கத்தை நிலைநிறுத்தினர். இதனால் குறைந்த எண்ணிக்கையில் பிராமணர்கள் வந்து குடியமர்ந்தனர் என்று கருதலாம். (கருணா. 2006-40-41)

நிலங்களை அடிப்படையாகக் கொண்டு குறிஞ்சி, முல்லை, மருதம், நெய்தல், பாலை என்று சமுதாய அமைப்பு பிரிக்கப்பட்டிருந்தது. இயற்கைச் சூழ்நிலைக்கு ஏற்றாற் போன்று இனக்குழு மக்களின் வாழ்க்கை முறைகள் அமைந்திருந்தன. இலக்கியங்கள், இயற்கையோடு இணைந்து வாழ்ந்த வாழ்க்கைமுறையைத் திணை வாழ்க்கை என்று குறிப்பிடுகின்றன. சங்க இலக்கியங்களில் இனக்குழு அமைப்பைப் பற்றிய செய்திகள் அதிக அளவிலும், அரசர்களைப் பற்றிய செய்திகள் குறைந்த அளவிலும் காணப்படுகின்றன. இனக்குழு சமுதாயத்திலிருந்து அரசு உருவாகிக் கொண்டிருந்த காலம் சங்ககாலம் என்று கைலாசபதி போன்ற ஆய்வாளர்கள் கூறுகின்றனர்.

தமிழ்ச் சமுதாயத்தில் குடி என்பது அடிப்படைக் கூறு. குடி என்பது இரத்த உறவை அடிப்படையாகக் கொண்டது. இதை ஒரு கொடி, குலம், கொத்து, பரம்பரை, கிளை, வம்சாவளி என்று பல பெயர்களில் குறிப்பிடுகின்றனர். இரத்த உறவு கொண்ட ஒரு குடியில் ஏற்றத்தாழ்வு மற்றும் கீழ்ச்சாதி, மேல் சாதி போன்ற அமைப்புகள் இல்லை. அனைவரும் சம தகுதியுடையவர்கள். சங்க இலக்கியங்களில் குடிகளைப் பற்றியும், குடியமைப்புகளைப் பற்றியும் அதிமான செய்திகள் காணப்படுகின்றன. நூற்றுக்கும் மேற்பட்ட குடிகள் இருந்தன என்று சங்ககால இனக்குழு அமைப்பைப் பற்றிய ஆய்வை மேற்கொண்ட துரைஅரங்கனார் குறிப்பிடுகின்றார். புறநானூற்றுப் பாடல் ஒன்றில் 'துடியன் பாணன் பறையன் கடம்பன் என்றின் நான்கு அல்லது குடியுமில்லை' என்று வருகின்றது.(335) பலவகையான குடிகள் இருந்த போதும் துடியன் பாணன் பறையன் கடம்பன் என்ற இந்த நான்கு குடிகள் முதன்மையான குடிகள் என்பது இப்பாடலில் இருந்து தெளிவாகின்றது. எனவே சங்ககாலத்திற்கு முன்பிருந்து வாழ்கின்ற பூர்வீகக் குடிகள் இக்குடிகள் என்பதை மறுக்க இயலாது. பலகுடிகள் ஒன்றாக இணைந்து வாழ்ந்த சமுதாய அமைப்பே இனக்குழு அமைப்பு என்று பெயரிடப்பட்டது.

சங்ககாலத்தில் குடி என்ற சொல் அதிக அளவில் காணப் படுகின்றது. ஆனால் குலம் என்ற சொல் சங்க இலக்கியங்களில் இல்லை. எனவே குலம் என்ற சொல் பிற்காலத்தில் வந்தது என்றும் குடி என்ற சொல்லுக்கு மாற்றுச் சொல்லாக குலம் என்ற சொல் பயன்படுத்தப்பட்டது என்பதும் தெளிவாகின்றது. இனக்குழு அமைப்பில் இருந்த குடிகள் ஒவ்வொன்றும் ஒவ்வொரு தொழிலைச் செய்து வந்தனர். இத்தொழிலைக் குலத்தொழில் என்று வகைப் படுத்தினர். குடி அல்லது குலம் என்பது இரத்த உறவை அடிப்படை யாகக் கொண்டது என்பது முன்னர் கூறப்பட்டது. மீன்பிடிப்பவர் மீனவர் என்றும் பறை அடிப்பவர் பறையர் என்றும், இது குலத் தொழில் என்றும் பாகுபாடு செய்யப்பட்டது. ஆனால் அக்காலத்தில் இவர்களுக்கிடையில் மேல்சாதி என்றும் கீழ்ச்சாதி என்றும் வேறுபாடுகள் கிடையாது.

தொல்காப்பியத்திலும், சங்க இலக்கியங்களிலும் ஆரியர், சத்திரியர், வைசியர், சூத்திரர் போன்ற சொற்கள் இல்லை. இதைப் போன்று பார்ப்பனர் குல ஒழுக்கம் பற்றிய செய்திகளும் இல்லை. எனவே சங்ககாலத்தின் பின்பகுதியில்தான் பார்ப்பனர் உருவாக்கிய வர்ணக் கோட்பாடு என்ற சாதிய அமைப்பு தமிழகத்திற்கு வந்தது. வட இந்தியாவிலிருந்து வந்த ஆரியப் பிரிவைச் சார்ந்த பிராமணர்கள் தமிழகத்திற்குக் கொண்டு வந்தனர். வேதங்களையும் பூணூலையும் தமிழக மக்களிடையில் பரப்பினர். தமிழகத்தில் தாய்த்தெய்வ வழிபாடும், நடுகல் வழிபாடு என்ற மூதாதையர் வழிபாடும் இனக்குழு மக்களுடைய முக்கியமான வழிபாடுகளாக இருந்தன. யாகங்கள், வர்ணக் கோட்பாடு, ஆன்மா, மறுபிறப்புக் கோட்பாடு போன்ற ஆரியக் கோட்பாடுகள் பிராமணர்களால் தமிழகத்திற்கு சங்ககாலத்தின் இறுதியில் கொண்டுவரப்பட்டன. இந்தக் கோட்பாடுகள் தமிழகத்திலிருந்த இனக்குழுத் தலைவர்கள், வேளிர்கள், மன்னர்கள் போன்றவர்களின் ஆதரவைப் பெற்றது. ஆட்சி செய்கின்ற மன்னர்கள் பின்பற்றியதால் மக்களும் இதை ஏற்றுக் கொண்டனர். மன்னன் எவ்வழியோ மக்களும் அவ்வழி என்ற சமுதாயத்தைச் சார்ந்தவர்கள் என்பதால் பிராமணர்களின் கோட்பாடுகள் எளிமையாக தமிழகத்தில் பரவின.

தமிழகத்திலுள்ள சாதி அமைப்பைப் பற்றிய ஆய்வை மேற்கொண்ட டுமோனின் கோட்பாடுகள் இங்குக் குறிப்பிடத்தக்கன. தமிழகத்தில் வானளாவிய அதிகாரமும், அரசியல் அதிகாரமும்

கொண்ட மன்னர்கள் என்ற சத்திரியர்கள் இரண்டாவது நிலையிலும், பிராமணர்கள் முதல்நிலையிலும் வைத்து ஒப்புக்கொள்ள வைத்த ஆரியர்களின் உயர்குடிக் கோட்பாடு சாதிய அமைப்பு உருவாவதற்கு முதல் அடித்தளமாக அமைந்தது என்கிறார். அதாவது அதிகாரம், தகுதி ஆகிய இரண்டில் தகுதி முதல் நிலையிலும், அதிகாரம் இரண்டாவது நிலையிலும் வைத்ததால் ஒன்றை ஒன்று எதிர்த்தன. அதனால் மேல் தட்டு, கீழ்த்தட்டு என்ற படிநிலைகள் உருவாவதற்கு அடித்தளமிட்டது என்பது இவருடைய முதல் வாதம். (கருணா. 2006-71-74)

இரண்டாவது அக்கால இனக்குழு சமுதாயத்தில் அதிகார வர்க்கத்தின் வளத்தை அல்லது செல்வாக்கைப் பெருக்க மக்கள் பல குழுக்களாகப் பிரிந்து பாடுபட்டனர். பொருள்களை அதிக அளவில் உற்பத்தி செய்தல், செய்கின்ற தொழில்களின் அடிப்படையில் குழுக்களைப் பிரித்தல் முதலியவற்றில் தொடங்கி சடங்குகள், திருமண உறவுகொள்ளும்போது குழுக்களுக்குள் அல்லது குலங்களுக்குள் ஏற்பட்ட உறவு முறைகள் போன்றன சாதி அமைப்பை உருவாக்குவதற்கு மற்றொரு அடித்தளமாக அமைந்தன என்பது இரண்டாவது வாதம்.

தமிழ்ச் சமுதாயத்தில் இருந்த குழுக்கள் ஒவ்வொன்றும் எந்த எந்த உறவு நிலைகளில் மற்ற குழுக்களுடன் வேறுபட்டன (separation), ஒன்று மற்றொன்றுடன் இணையாது எவ்வாறு தனித்து நின்றது (independence), மற்ற குழுக்களுடன் எத்தகைய கலாச்சார பரிமாற்றங்களை வைத்திருந்தன (Hierarchy) இவற்றை அடிப்படை யாகக் கொண்டு முதல்நிலையிலுள்ள குழு அல்லது சாதி, இரண்டாவது நிலையிலுள்ள குழு அல்லது சாதி என்று வரிசைப் படுத்தப்பட்டன. இந்த வேறுபாடுகள் தூய்மை, தீட்டு ஆகியவற்றை அடிப்படையாகக் கொண்டன. இவற்றில் உயர்ந்த நிலையும், உயர்வான தூய்மையும் உள்ள குழுக்கள் உயர்ந்தவை அல்லது உயர்குடி என்றும் தூய்மை குறைவாக உள்ளது அல்லது தீட்டுப்படும் குடி அல்லது தாழ்வான குடி அல்லது குழுக்கள் என்றும் ஒன்றை ஒன்று ஒப்புக்கொள்ள வைத்தன. மேற்கண்டவற்றுடன் தூய்மை, தீட்டு (Purity, Pollution) ஆகியவற்றை அடிப்படையாகக் கொண்டு தமிழகத்தில் சாதி பாகுபாடு உருவாயிற்று என்று டூமோன் கருதுகின்றார். (பக்தவத்சல பாரதி. 2002-169-71)

பண்டைய தமிழகத்திலிருந்த பல குடிகள் அல்லது குலங்கள் இன்று வரையில் மாறாத நிலையில் உள்ளன என்பதை மறுக்க

முடியாது. சுமார் 2500 ஆண்டுகள் ஆன பின்னரும் பழமையான பழக்க வழக்கங்களின் எச்சங்களும் மிச்சங்களும் இன்றுவரையில் காணப்படுகின்றன. இதனால் அக்கால இனக்குழு வாழ்க்கையில் குழுக்களின் மேலாண்மைக்காகவும், அதிகாரத்திற்காகவும், மற்ற பகுதிகளின் மேல் தங்களின் அதிகாரத்தைச் செலுத்துவதற்காகவும், பிற குழுக்களைச் சுரண்டுவதற்காகவும் பிராமணர்கள் தங்களை மேல் நிலையிலுள்ளவர்கள் என்றும் மற்ற குழுக்களைத் தாழ்ந்தநிலையில் உள்ளவர்கள் என்றும் ஒரு மாயையை உருவாக்கி சாதிய அமைப்பைத் தமிழகத்திற்குக் கொண்டுவந்தனர் என்றும் விளக்கம் கொடுத்துள்ளார்.

இக்கோட்பாட்டை ஒப்புக்கொள்வதற்கு சங்ககாலத்திலும், வரலாற்றுக் காலத்திலும் ஏராளமான சான்றுகள் கிடைக்கின்றன. சுமார் 2,500 ஆண்டுகளுக்கு முற்பட்ட சங்க கால இலக்கியங்களில் தமிழகத்தில் இருந்த பிராமணர்களைப் பற்றிய குறிப்புகள் சில இடங்களில் மட்டும் காணப்படுகின்றன. ஆனால் பிற்கால இலக்கியங்களான பரிபாடல், கலித்தொகை போன்றவற்றில் அதிக அளவில் பிராமணர்களைப் பற்றிய செய்திகள் காணப்படுகின்றன. இதற்குப் பின்வந்த வரலாற்றுக் காலத்தில் கோயில்களில் செதுக்கப் பட்ட ஆயிரக்கணக்கான கல்வெட்டுக்களும், செப்பேடுகளும் ஆதாரங்களாக உள்ளன. இதனால் சாதிய அமைப்பு படிப்படியாக தமிழகத்தில் பரவியது என்பது தெளிவாகின்றது.

வடஇந்தியாவில் பௌத்தமும் சமணமும் தாழ்த்தப்பட்ட மக்களின் உரிமைக்காகவும், சமத்துவத்திற்காகவும் தாராளமான மனபான்மை யுடன் நடந்துகொண்டன. நான்கு வர்ணத்தைச் சார்ந்தவர்களும் இச்சங்கங்களில் சேரலாம் என்றும், மதகுருவாகவும் மாறலாம் என்றும் தீண்டத்தகாதவர்கள்கூட நிர்வாணத்தை அல்லது முக்தியை அடையலாம் என்றும் சமணமும் பௌத்தமும் கூறின. பிராமணன் அடைய முடியாத ஆனந்தத்தைத் தீண்டத்தகாத சண்டாளனின் மகன் மாதங்கன் என்பவன் அடைந்தான் என்ற செய்தி ஒன்றும் கூறப் பட்டுள்ளது. இந்த இரண்டு மதங்களும் தீண்டத்தகாதவர்கள் என்பவர்களுக்கு கல்வி அல்லது ஞானம் பெறுவதைத் தடுக்கவில்லை. சூத்திரர்கள் கல்விக்கும் முக்திக்கும் தகுதியற்றவர்கள் என்ற பிராமணியக் கோட்பாட்டை எதிர்த்து இந்த இரண்டு சமயங்களும் சமத்துவத்தைப் பின்பற்றியதாலும், உயிர்வதையைத் தடுத்ததாலும் மக்கள் மதம்மாறினர். தமிழகத்திலும் இந்நிலையே இருந்தது. சமணம் தமிழகத்திலிருந்த இனக்குழு மக்களுடன் சாதிபாகுபாடு

இன்றி வாழ்ந்ததுடன், தமிழைக் கற்று தமிழ் இலக்கியத்திற்கு அருந் தொண்டாற்றியுள்ளனர். தமிழகத்தில் இம்மதங்கள் சங்க காலத்திலும் அதற்குப் பின்னரும் பரவலாகக் காணப்பட்டன.

சங்ககாலத்தைச் தொடர்ந்து வந்த களப்பிரர் காலமான கி.பி. 250க்கும் கி.பி. 550க்கும் இடைப்பட்ட காலத்தில் களப்பிரர்கள் பிராமணர்களை எதிர்த்து ஆட்சி செய்ததால் அக்காலத்தை இருண்ட காலம் என்று வரலாற்றை மாற்றிக் கூறியுள்ளனர் என்று தற்போது கண்டுபிடிக்கப்பட்டுள்ள சான்றுகள் கூறுகின்றன. ஆனால் அகநானூற்றுப் பாடல் ஒன்றை (அகம்-61) மேற்கோளாகக் காட்டிக் 'கள்வர் கோமான்' என்ற களப்பிர மன்னன், புல்லி நாடு என்ற நாட்டை ஆண்டான் என்றும் புல்லி நாடு என்பது சேலம், தருமபுரி பகுதியில் இருந்தது என்றும் சில ஆய்வாளர்கள் பதிவுசெய்துள்ளனர். இந்த அரச மரபினர் வைதீகச் சடங்குகளை எதிர்த்துக் கிளர்ச்சி செய்ததால் அவர்கள் தமிழகத்திலிருந்த பூர்வகுடிகளே என்றும் உறுதி செய்துள்ளனர்.

இதற்கு எடுத்துக்காட்டாக பாண்டிய மன்னன் பராந்தக நெடுஞ்சடைய வரகுணன் (கி.பி.768-815) என்பவன் வெளியிட்ட வேள்விக்குடிச் செப்பேட்டைக் கூறலாம். முதுகுடுமிப் பெருவழுதி என்ற சங்ககாலப் பாண்டிய மன்னன் மதுரைக்கு அருகிலுள்ள வேள்விக்குடி என்ற ஊரைக் கொற்கைக் கிழான் நற்கொற்றன் என்ற பார்ப்பனர்க்கு தானமாக வழங்கினான். ஆனால் களப்பிரர் காலத்தில் இந்த நிலதானம் திரும்பப் பெறப்பட்டது. இதைத் தொடர்ந்து இருநூறு ஆண்டுகளுக்குப்பின் பாண்டிய நாட்டை ஆண்ட வரகுணனிடம் நற்கொற்றன் என்ற பிராமணனின் வழிவந்த நற்சிங்கன் என்பவன் அந்த தானம் மீண்டும் எங்களுக்கு வேண்டும் என்று முறையிட்டான். அதற்கான ஆவணத்தையும் காட்டினான். அதை ஏற்றுக்கொண்ட மன்னன் மீண்டும் அதைப் பிராமணர்களுக்கே தானமாகக் கொடுத்தான் என்பது செப்பேட்டின் செய்தி. பிராமணர் களுக்கு எதிராக இருந்த களப்பிரர்கள் சமணத்தையும் பௌத்தத்தையும் வளர்த்தனர். களப்பிரர்கள் பிராமணர்களுக்கு எதிராகச் செயல் பட்டனர் என்பதும் வர்ணக் கோட்பாட்டை மறுத்தனர் என்பதும் புலப்படுகின்றது.

வரலாற்றுக் காலம்

களப்பிரரைத் தொடர்ந்து தமிழகத்தை ஆண்ட பல்லவ மன்னன்

மகேந்திரவர்மன் தொடக்க காலத்தில் சமணத்தைச் சார்ந்திருந்தான். பின்னர் சைவ சமயத்திற்கு மாறினான். பல்லவ மன்னர்கள் வைதீக சமயத்தைப் போற்றி வளர்த்தனர். பலவகையான புதிய கோயில் களைக் கட்டினர். அக்கோயில்களில் அர்ச்சகர்களாக ஆந்திர மாநிலத்திலுள்ள குண்டூர் பகுதியிலிருந்த பிராமணர்களைக் கொண்டு வந்து தமிழகத்தில் குடியமர்த்தினர் என்று கல்வெட்டுச் சான்றுகள் கூறுகின்றன. இவர்கள் கோயில் பணிகளைத் தவிர வேறு பணிகளில் ஈடுபடவில்லை. கோயிலில் அர்ச்சனை செய்கின்ற வேலைக்காக இவர்களுக்கு நீர் பாயும், வளமான விளைநிலங்கள் பிரமதேயங் களாகவும், தேவதானங்களாகவும் வழங்கப்பட்டன. பிரமதேயம் என்றால் பிராமணர்களுக்கு வழங்கப்பட்ட நிலங்கள் என்றும், தேவதானம் என்றால் கோயிலுக்கு வழங்கப்பட்ட நிலங்கள் என்றும் பெயரிடப்பட்டன. இவற்றுடன் பிராமணர்களுக்கு உயர்ந்த மதிப்பும், அரசனுடன் நேரடியாகத் தொடர்புகொள்ளும் உரிமையும், அவர்களுக்கு தனியான ஊர் இருக்கைப் பகுதியும் அரசர்கள் உருவாக்கிக் கொடுத்தனர்.

இதற்கு கடவுள், மேல் உலகம், மறுபிறப்பு, வினைப்பயன் போன்றவற்றைக் கருப்பொருளாக முன்வைத்தனர். ஆரிய பிராமணர் களின் வசீகரமான தத்துவக் கோட்பாடுகளால் அரசர்களும், வணிகர்களும், செல்வந்தர்களும் தங்களை பிராமணியக் கோட்பாடு களுக்கு மாற்றிக்கொண்டனர். பிராமணர்கள் மட்டுமே அரசர்களின் புரோகிதர்களாயினர்.

அரசனுக்கு செலுத்த வேண்டிய வரிகள் பிராமணர் நிலங்களுக்கு இல்லை என்றும், எல்லா வகையான வரிகளில் இருந்தும் வரிவிலக்கு அளிக்கப்பட்டன என்றும் கல்வெட்டுச் சான்றுகள் கூறுகின்றன. பிராமணர்கள் அவர்களின் ஊர்களில் சுட்ட ஓட்டினால் வீடு கட்டிக் கொள்ளவும், செஞ்சாந்து பூசிக்கொள்ளவும், கிணறு வெட்டிக் கொள்ளவும், தங்கள் விருப்பப்படி பயிரிடவும் அனுமதி வழங்கப் பட்டனர். உயர்குடியில் பிறந்தவர்கள் பிராமணர்கள் என்பதால் பயிர்த் தொழில் செய்யவில்லை. பெரும்பாலான விளைநிலங்கள் கோயில் களின் நிலங்களாக மாற்றப்பட்டன என்பதற்கு ஆயிரக்கணக்கான கோயில் கல்வெட்டுக்கள் சான்றுகளாக உள்ளன. கோயில் நிலங்கள் பிராமணர்களின் நிலங்களாக மாறியதால் பழங்குடிகளாக இருந்த உழுகுடிகள் அவர்களின் கீழ்க் கட்டுப்பட்டு வேலை செய்யவேண்டி யிருந்தது. அரசன் முதல் பாமரமக்கள் வரையில் உள்ள அனைவருக்கும்

கடவுளுக்கு அடுத்தபடியாக பிராமணர்கள்தான் உயர்ந்தவர்கள் என்ற மாயை உருவாக்கினர். இதனால் பிராமணர்கள் உயர்ந்தவர்கள் என்றும் மற்றவர்கள் தாழ்ந்தவர்கள் என்றும் சமுதாயத்தை மாற்றினர். 'பிராமணர்களின் சொத்து கொடிய விசம் என்றும் அதை அபகரிப்போரின் வம்சமே அழியும்' என்றும் பிரம்மதேயத்தையும் தேவதானத்தையும் பாதுகாக்கக் கல்வெட்டுகளை அரசனின் ஆணையாக செதுக்கி வைத்தனர்.

பிராமணர்களுக்கு வழங்கப்பட்ட தேவதானங்கள், பிரம்மதேயங் களின் எண்ணிக்கை வளர்ந்ததால் அதற்குமுன் இருந்த நாட்டார்களின் செல்வாக்கும், வேளாண் குடிகளின் செல்வாக்கும் குறைந்தன. பல்லவர் காலத்தில் தொடங்கிய பிராமணர்களின் செல்வாக்கு சோழர்களின் காலத்தில் முழுமையான செல்வாக்கைப் பெற்றது. பெரும்பாலான நிலங்களை பிராமணர்களின் நிலங்களாக மாற்றினர். அவற்றில் உழுகுடிகளாகவும், அவர்களுக்குக் கட்டுப்பட்டவர் களாகவும் மற்ற குடிகள் இருந்தனர். இதனால் பிரம்மதேயங் களுக்கும் வேளாண் குடிகளுக்கும் இடையே கி.பி. 11ஆம் நூற்றாண்டில் முரண்பாடுகள் உருவாயின. அதன் விளைவாக பிராமணர்களை எதிர்த்து நான்கு வருணத்திலிருந்து வந்தவர்கள் சித்திரமேழி பெரியநாட்டார் மற்றும் வணிகக்குழுக்கள் போன்ற அமைப்புகள் தன்னிச்சையாகச் செயல்படுகின்ற அமைப்புகளாக உருவாயிற்று. பிராமணர்களுக்கு இணையானவர்களாக வளரத் தொடங்கினர்.

கொங்கு நாட்டில் சுமார் 10 ஊர்களில் கிடைக்கின்ற கல்வெட்டு களை இதற்கு உதாரணமாகக் கூறலாம். பேரூர், குடிமங்கலம், கரூர், கடத்தூர், மொடக்கூர், பாரியூர், அவிநாசி, அந்தியூர் போன்ற இடங் களில் உள்ள கல்வெட்டுக்களில் இந்தச் செய்திகள் காணப்படு கின்றன. அவிநாசியிலுள்ள கல்வெட்டு ஒன்று 'வடபரிசார நாட்டு பார்ப்பார் சான்றார்க்கு குடுக்க வரிசையாவது நம் சரக்குக்குப் பொன் குடுத்தப்படியால் உரிமைகள் கொடுக்கப்பட்டன' என்று கூறுகின்றது. அதாவது பார்ப்பார் என்ற பிராமணர்கள் கருவூலத்திற்குப் பொன் கொடுத்ததால் 'தலைக் குடை பிடித்துக் கொள்ளவும், சீனக்குடை பிடித்துக்கொள்ளவும், (பட்டு) குதிரை ஏறவும், மச்சுவீடு கட்டிக் கொள்ளவும், காலில் செருப்புத் தொட்டுக் கொள்ளவும்' உரிமைகள் வழங்கப்பட்டன என்று இக்கல்வெட்டுக் கூறுகின்றது. தமிழகத்தி லிருந்த பிராமணர்களுக்கும் மேற்கண்ட உரிமைகள் வழங்கப்பட்டன

என்பதைக் கொண்டு தமிழகத்தில் எல்லா சாதியினருக்கும் பிற்காலத்தில் உரிமைகள் வழங்கப்பட்டன என்பது புலப்படுகின்றது. (சீத்தாராம குருமூர்த்தி, 2007,167)

அந்தியூர் கல்வெட்டில் கொங்கு நாட்டிலுள்ள கம்மாளர்களுக்கு (பஞ்ச கம்மாளர்கள் எனப்படும் ஐந்து வகையான ஆசாரிகளுக்கு) பல உரிமைகள் வழங்கப்பட்டதை மற்றொரு கல்வெட்டு கூறுகின்றது. காலுக்குச் செருப்புப் போட்டுக்கொள்ளவும், வீட்டுக்குக் காரை பூசவும், (சாந்து) நன்மை தீமைகளுக்கு இரட்டைச்சங்கு ஊதிக் கொள்ளவும், பேரிகை கொட்டிக் கொள்ளவும் தடை இருந்தது. கி.பி. 1275இல் அத்தடைகள் நீக்கப்பட்டு மேற்கண்ட உரிமைகள் கொடுக்கப் பட்டன என்பதை இக்கல்வெட்டு கூறுகின்றது. இதைப் போன்று பல ஊர்களில் உள்ள கம்மாளர்களுக்கும் தடுக்கப்பட்ட உரிமைகள் கொடுக்கப்பட்டன என்பதற்கு இப்பகுதியிலுள்ள கல்வெட்டுகள் சான்றுகளாக கூறுகின்றன. (சீத்தாராம குருமூர்த்தி. 2007-167-80).

கி.பி. 13ஆம் நூற்றாண்டு வரையில் சூத்திரர்களுக்கும், சூத்திரர்கள் என்ற பிரிவிலுள்ள மற்ற சாதியினருக்கும் இந்த உரிமைகள் எதுவும் வழங்கப்படவில்லை என்பதும் இதிலிருந்து தெளிவாகின்றது. எனவே அரச மரபினரும் மற்ற உயர்குடியினரும் சூத்திரர்களுக்கு எந்தவிதமன உரிமையும் வழங்கவில்லை என்பது இதன் மூலம் புலப்படுகின்றது. இவர்கள் தீண்டத்தகாதவர்கள் என்றும் ஊரின் எல்லையில் அல்லது ஊருக்கு வெளியில் வாழவேண்டும் என்றும் ஒதுக்கப்பட்டதுடன் இவை பறச்சேரிகள் என்றும் அழைக்கப் பட்டன.

மராட்டியர்களின் காலத்திலும் அவர்களுக்குப் பின்வந்தவர்களின் ஆட்சிக் காலத்திலும் மாலை 3 மணியிலிருந்து காலை 9 மணி வரையில் தீண்டத்தகாதவர்கள் நகரத்திற்குள் அனுமதிக்கப்பட வில்லை. ஏனெனில் ஒன்பது மணிக்கு முன்பும், மூன்று மணிக்குப் பிறகும் அவர்களுடைய நிழல்கள் நீண்ட நிழல்களாக இருக்கும். அந்த நிழல் பிராமணின் மீது பட்டால் அது தீண்டத் தகாததாகவும், அந்தத் தீட்டை ப் போக்கிக்கொள்ள குளித்த பின்னரே எந்த வேலையையும் செய்ய வேண்டும் என மனு தர்மக் கோட்பாடுகள் கூறுகின்றன.

எனவே தீண்டத்தகாதவர்கள் கிராமங்களுக்கு வரக்கூடாது என்று தடைவிதிக்கப்பட்டிருந்தது. அவ்வாறு வருபவர்களின் மேல் கடுமையான தண்டனை விதிக்கப்பட்டது.

ஆரியர்கள் இந்தியாவிற்கு வந்த பின்பு வர்ணக்கோட்பாடு வளர்க்கப்பட்டது. இதில் பிராமணர், சத்திரியர், வைசியர், சூத்திரர் என்ற சாதிகள் உருவாக்கப்பட்டன. இவை இன்றி ஐந்தாவதாக ஒரு சாதியையும் உருவாக்கினர். இதற்கு பஞ்சமர் என்று பெயர் வைத்தனர். பறையன், பள்ளன், சக்கிலி, நாவிதன், வண்ணான் போன்ற சாதிகளை இதில் சேர்த்தனர். இவர்கள் தீண்டத்தகாதவர்கள் என்றும், பூணூல் அணியத் தகுதியற்றவர்கள் என்றும் வகைப்படுத்தினர். எல்லா நிலங்களும் மேல்சாதியினருக்கே கொடுக்கப்பட்டன. பஞ்சமர்களுக்கு நிலம் இல்லாததால் மேல்சாதியினரை நம்பியே வாழவேண்டிய நிலை இருந்தது. உயிர் வாழவேண்டி பிறசாதியினருக்கு அடிமைகளாகவும், இறந்த மிருகங்களின் மாமிசத்தை உண்பவர்களாகவும் மாற்றப் பட்டனர்.

தமிழகத்தில் சுமார் 3,500 ஆண்டுகளுக்கு முன்பிருந்து இனக்குழு சமுதாய அமைப்பு முறையே இருந்தது. இனக்குழு அமைப்பில் குடிகள் இணைந்து வாழ்ந்தனர். அப்பொழுது சாதிபாகுபாடு, தீண்டத்தகாதவர்கள் என்ற வேறுபாடுகள் கிடையாது. சங்ககால இலக்கியம் 'துடியன், பாணன், பறையன், கடம்பன்' போன்ற குடிகளைத் தவிர மற்ற குடிகள் உயர்ந்த குடிகளாகக் கருதப்பட வில்லை என்று கூறுகின்றது. இதற்குப் பின்வந்த பல்லவர்கள் காலத்தில் அரசர்கள் இந்து மதத்தை வளர்த்தனர். வேளாண் நிலங்கள் தேவதானமாகவும், பிரம்மதேயமாகவும் மாற்றப்பட்டு பிராமணர் களுக்கு தானமாக வழங்கப்பட்டன. நிலம் இல்லாத பிறகுடியினர் பிராமணர்களுக்கு அடங்கியவர்களாகவும், அவர்களுடைய நிலங்களில் அடிமைகளாகவும் பணிசெய்தனர். பூர்வீகக்குடிகளாக இருந்தவர்கள் அடிமைகளாக மாற்றப்பட்டதால் இறந்த மிருகங்களின் இறைச்சியை உண்ணுகின்ற நிலைக்குத் தள்ளப்பட்டனர். இதைக் காரணம் காட்டி தீண்டத்தகாதவர்கள் என்று சாதிக் கோட்பாட்டை வளர்த்தனர்.

3
பறையர்களின் தோற்றம் பற்றிய வழக்காறுகள் அல்லது செவிவழிச் செய்திகள்

தென்னிந்தியாவில் பறையர் இன மக்களின் தோற்றம் பற்றி பல வகையான வழக்காறுகள், தொன்மங்கள் அல்லது தோற்றம் பற்றிய கதைகள் காணப்படுகின்றன. ஒவ்வொரு பகுதியிலும் ஒவ்வொரு வகையான கதைகள் அல்லது வழக்காறுகள் நிலவுகின்றன. இதை மானிடவியல் ஆய்வாளர்கள் தொன்மங்கள் என்று கூறுகின்றனர். அதாவது இத்தகைய தொன்மங்களிலிருந்து பழங்குடிகளின் சமுதாய அமைப்பு அல்லது அக்காலச் சமுதாயத்தின் வளர்ச்சிநிலைகளைப் பற்றித் தெரிந்துகொள்ள உதவுகின்றது என்றும் இவை கதைகளாக இருந்தாலும் இவற்றில் சில உண்மைத் தன்மைகள் உள்ளன என்றும் கருதுகின்றனர். இதனால் இதைப் போன்ற வழக்காறுகளைப் பல மானிடவியல் ஆய்வாளர்கள் பதிவு செய்துள்ளனர். இதனால் இவை ஆய்விற்கு எடுத்துக்கொள்ளப்பட்டுள்ளன.

கதைகள் அல்லது வழக்காறுகள்

தேவலோகத்தில் இருந்த கோவிலுக்கு அங்கிருந்த பிராமணர்களில் சால சாம்பவன் என்ற சகோதரர்கள் இருவர் பூசை செய்துவந்தனர். சால சாம்பவன் என்ற மூத்த சகோதரன் முதன்மையான பூசாரியாக இருந்து நாள்தோறும் பூசைகளைச் செய்துவந்தார். கோயிலுக்கு வந்து வழிபடு கின்ற தேவலோகத்தைச் சார்ந்தவர்களுக்கு கோயில் பிரசாதமாக ஒரு வகையான பிரசாதம் வழங்கப்பட்டது. இந்த பிரசாதத்தை ஏற்பாடு செய்து வழங்குகின்ற பணியையும் மூத்த சகோதரனே செய்துவந்தான். கோயில் பிரசாதம் என்பது தேவலோகத்திலிருந்த காமதேனு பசுவி னுடைய இறைச்சி என்பது எல்லோருக்கும் தெரியும். தேவர்களுக்குத்

தேவையான எல்லாவற்றையும் கொடுப்பது காமதேனு பசு. அத்துடன் இக்கோயிலுக்கு வந்து இங்கு தேவையானவற்றையும் தருகின்றது. மூத்த சகோதரன் கோயில் பூசை செய்வதற்கு முன்னர் காமதேனு பசுவை வரவேற்று அப்பசுவின் உயிரை நீக்கி தேவையான இறைச்சியை எடுத்துக் கொண்டு அதற்கு மீண்டும் உயிர்கொடுத்து தேவலோகத்திற்கு அனுப்பிவிடுவான். இந்தப் பிரசாதம் அனைவருக்கும் வழங்கப்படும். காமதேனு உணவை உண்பவர்களின் மேல் நறுமணப் பொருள்களைப் பூசியதைப் போன்று ஒரு வகையான மணம் வீசும். இந்த உணவை உண்ட பின்பு வேறு உணவு தேவைப் படாது. இதைப் போன்று கோயிலில் பிரசாதம் நாள்தோறும் வழங்கப் பட்டு வந்தது. இந்த உணவைக் கோயிலுக்கு வெளியில் எடுத்துச் செல்லக்கூடாது என்பதும் மற்றவர்களுக்குக் கொடுக்கக் கூடாது என்பதும் கட்டுப்பாடு. இதைப் போன்று கோயில் பூசைகள் பல காலம் நடைபெற்றுவந்தன.

மூத்த சகோதரனின் மனைவி தன் கணவனின் மேல் வீசும் மணம் கண்டு நெடுநாள்களாக ஓர் ஆசையை வைத்திருந்தாள். இவ்வாறு மணம் வீசும் பிரசாதத்தை எனக்கு ஒரு நாள் சாப்பிட வழங்கக் கூடாதா என்று கேட்டுக்கொண்டிருந்தாள். மனைவியின் விருப்பத்தை நிறைவேற்றுவது கணவனுடைய கடமை என்று எண்ணினான். ஒரு நாள் எப்பொழுதும் போல் கோயிலில் பூசை நடைபெற்றது. அன்றும் காமதேனு பசு வந்து தன்னுடைய இறைச்சியைக் கொடுத்தது. அந்த இறைச்சியில் ஒரு பகுதியை மூத்த சகோதரன் தன்னுடைய பெருவிரல் நகத்தில் மறைத்து வைத்தான். பின்னர் காமதேனுவிற்கு உயிர் கொடுக்க முற்பட்ட போது காமதேனுவிற்கு உயிர்வரவில்லை. இதைக் கண்டவர்கள் அனைவரும் அதிர்ச்சியடைந்தனர். அந்தப் பிரசாதத்தை யாரோ மறைத்து வைத்ததால்தான் உயிர்பெறவில்லை என்பதை உணர்ந்தனர். மறைத்து வைத்திருப்பவன் யார் என்பதைக் கண்டு பிடிக்க அனைவரையும் பரிசோதனை செய்தார்கள். யாரிடமும் பிரசாதம் இல்லை என்பது தெரியவந்தது. இவை அனைத்தையும் பார்த்துக்கொண்டிருந்த இளைய சகோதரன், தன்னுடைய மூத்த சகோதரன் பிரசாதத்தை மறைத்து வைத்திருப்பதையும் தெரிந்து வைத்திருந்தான். எல்லோரையும் சோதனை செய்த பின்பு ஏன் தன்னுடைய மூத்த சகோதரனை சோதனை செய்யவில்லை என்று கேட்டான். இந்தப் பிரசாதத்திற்கு அவன்தான் முதன்மையானவன் அவன் மறைத்து வைத்திருக்கமாட்டான் என்று கூறினார்கள். அதை ஒப்புக்கொள்ளாத இளைய சகோதரன் அவரையும் பரிசோதனை

செய்யுமாறு வற்புறுத்தினான். மூத்த சகோதரனை பரிசோதனை செய்த போது அவனுடைய விரல் நகத்தில் மறைத்து வைத்திருந்த இறைச்சி தெரியவந்தது. அதைக் கண்ட தேவர்கள் வருத்தம் அடைந்தனர்.

இவ்வாறு தவறு செய்ததால் இக்கோயிலுக்குப் பூசாரியாக இருக்க தகுதியற்றவனாகப் போய்விட்டாய் என்றும் மாமிசத்தை மறைத்ததால் பெருங்கறி சாப்பிடும் பறையனாய் பூலோகத்தில் பிறக்கக்கடவாய் என்றும் சாபமிட்டனர். இந்தச் சாபத்தின் விளைவாக பிராமண குலத்தில் பிறந்த மூத்த சகோதரன் பூலோகத்தில் பறையனாக வந்து பிறந்தான். தன்னுடைய சகோதரன் செய்த செயலைப் பார்த்துக் கொண்டிருந்ததால் இளையவன் பார்ப்பனன் என்று பெயர்மாற்றம் செய்து கோயில் குருக்களாக பிறக்குமாறு சாபம் கொடுத்தனர். இச்சாபத்தால் இளைய சகோதரன் கோயில் பூசாரியாக பூலோகத்தில் வந்து பிறந்தான் என்ற ஒரு கதையும் காணப்படுகின்றது. (பக்தவத்சல பாரதி. 2013-98-100)

மேலே கூறப்பட்டது போன்று தமிழகத்தில் ஒவ்வொரு பகுதியிலும் ஒவ்வொரு வகையான வழக்காறுகள் அல்லது தொன்மங்கள் காணப்படுகின்றன. அவை கீழே தரப்பட்டுள்ளன.

2. சால சம்பவன் என்ற இரண்டு பிராமண சகோதரர்கள் கோயிலில் பூசை செய்து வந்தார்கள். நாள்தோறும் பூசை செய்யும் போது தேவலோகத்திலிருந்து பசு ஒன்று வந்து கோயிலில் நிற்குமாம். அந்தப் பசுவிலிருந்து இரண்டு சொட்டு இரத்தம் எடுத்துப் பொங்கலில் கலந்து கடவுளுக்குப் படைப்பது வழக்கமாக இருந்து வந்ததாம். இத்தகைய படையலை அண்ணன் மட்டும் செய்து வந்துள்ளான். வீட்டிற்கு வரும்போது பொங்கலை மட்டும் எடுத்து வந்து தன்னுடைய மனைவிக்கு கொடுத்து வந்தான். கோயிலில் மாட்டுக் கறிசோறு சாப்பிட்டுவிட்டு பொங்கலை மட்டும் உனக்குக் கொண்டு வந்து கொடுப்பதாக ஊரில் உள்ளவர்கள் அவருடைய மனைவிக்குக் கூறிவிட்டனர். இதனால் கர்ப்பமாக இருந்த அவனுடைய மனைவி தனக்கு மாட்டுக்கறி வேண்டும் என்று கேட்டாள். கொண்டுவரவில்லை என்றால் நான் இறப்பேன் என்று பயமுறுத்தினாள். அண்ணன் மாட்டிலிருந்து இரண்டு துண்டு இறைச்சியை வெட்டிக் கறிசோறு செய்து தன்னுடைய மனைவிக்குக் கொண்டுவந்து கொடுத்தான். இதைத் தம்பி பார்த்து விட்டுச் சாப்பிட மறுத்தான்.

இச்செய்தி ஊரில் பரவி ஊர்க்கூட்டம் கூடியது. தன்னுடைய தம்பியே இதற்கு சாட்சியாக இருந்தான். ஊர்க்கூட்டத்தில் அண்ணன் பசுவைக் கொன்றுவிட்டான் என்றும், கொன்ற பசுவை அவனே சுத்தம் செய்யவேண்டும் என்றும் அக்கறியை அவனே சாப்பிட வேண்டும் என்றும் முடிவு செய்தனர். பசுவைக் கொன்றது பாவம் என்று ஊரைவிட்டு விரட்டிவிட்டனர். ஊரைவிட்டு வெளியில் போகும்போது அந்த ஊர்ப் பெரியவர் ஒருவர் இனி கோயிலை யார் பார்ப்பார்கள் என்று வினவினார். என்னுடைய தம்பி இனி கோயிலைப் பார்ப்பான் என்று கூறினார். தம்பியே பாப்பானாக மாறினான்.

அண்ணனும் அவனுடைய மனைவியும் வேறு ஓர் ஊருக்குச் சென்றனர். அங்கு தங்கினர். அந்த ஊருக்கு வெளியில் ஓர் ஒதுக்குப் புறமான இடத்தில் தங்கவைக்கப்பட்டனர். அந்த ஊர்க்கூட்டம் கூடி அண்ணனுக்கு ஊர்க்காவல் வேலையைக் கொடுத்தனர். ஊர்க் கூட்டம் நடைபெறும் போது ஊரைக்கூட்டுவது இவனுடைய வேலை. இதற்குக் கூலி வழங்கப்பட்டது. இவன் ஊரைக் கூட்டுகின்ற வேலையை எளிமையாகச் செய்ய, மிருகத்தின் தோலைக்கொண்டு பறையைச் செய்து அப்பறையை அடித்து ஊரைக் கூட்டினான். பறையை அடித்து ஊரைக் கூட்டுகின்ற பணியைச் செய்ததால் அவனுக்குப் பறையன் என்று பெயர் வைத்தனர். (மேலது)

3. இரண்டு சகோதரர்கள் மாரியம்மன் கோயிலுக்குப் பூசாரிகளாக இருந்தனர். ஒரு நாள் அண்ணன் மௌனவிரதம் இருந்தான். இதனால் பேசாமல் இருந்ததுடன் கோயில் வேலைகளைச் செய்ய வில்லை. இதனால் கோயில் வேலைகளை என் தம்பி பார்ப்பான் என்று கூறியதால் தம்பி பாப்பானாகவும், அண்ணன் மேளம் அடிக்கின்றவனாகவும் மாறினார்கள் என்ற ஒரு கதையும் கூறப்படுகின்றது.

4. இரண்டு ஏழைச் சகோதரர்கள் சாமி கும்பிடுவதற்காக கோயிலுக்குச் சென்றனர். அங்கு இறந்து கிடந்த பசுவை அகற்றுமாறு கடவுள் அண்ணனுக்கு ஆணையிட அண்ணன் அதைச் செய்யாமல் என் தம்பி பார்ப்பான் என்று கூறினான். கடவுள் அதைத் தவறாகப் புரிந்துகொண்டு தம்பியைப் பார்ப்பானாகவும் அண்ணனை பறையனாகவும் மாற்றினார். இதிலிருந்து பிற சாதிகள் தோன்றின என்றும் கூறப்படுகின்றது. (மேலது)

5. ஒரு காலத்தில் ஒரு கிராமத்திலிருந்த எல்லோரும் ஏரியில் மீன்

பிடிக்கச் சென்றனர். மீன் பிடித்துக் கொண்டிருந்த போது திடீரென்று சிவன் ஏரியில் தோன்றினான். சிவன் இங்குள்ள அனைவருக்கும் ஒவ்வொரு பரிசு தருவதாகக் கூறினான். இதற்கு அவன் தரும் பூணூலை எல்லோரும் போட்டுக்கொள்ள வேண்டும் என்றும் கூறினான். எல்லோரும் அணிந்துகொண்டனர். பின்னர் வரிசையாக நின்று எல்லோரும் பரிசைப் பெற்றனர். பரிசை முடிச்சு போட்டு பாதுகாப்பாக அனைவரும் வீட்டிற்கு எடுத்துச் சென்றனர். ஆனால் பறையன் தான் கொண்டுவந்த கூம்புவடிவ மீன்பிடிக்கும் கூடையின் இரு புறமும் துவாரம் இருப்பது தெரியாமல் பரியை வைத்துச் செல்லும் போது கூடையில் வைத்த பரிசை இழந்து விட்டதால் இவன் பறையன் என்று பெயர்மாற்றம் செய்யப் பட்டான் என்று ஒரு வழக்காறும் உள்ளது.

6. உலகம் உருவான போது உயிரினங்கள் ஒன்றுமில்லை. உயிரினங்கள் கடவுளால் படைக்கப்பட்டன. முதலில் ஆதி என்ற பெண் மட்டும் தோன்றினாள். தனக்குத் துணைவேண்டும் என்று ஆதி என்ற பெண் நினைத்து நெருப்பில் யாகம் செய்தாள். நெருப்பிலிருந்து அழகான ஆண் ஒருவன் தோன்றினான். ஆதி அவனை மணந்தாள். அந்த ஆண்தான் ஈஸ்வரன். இவர்கள் இருவரும் மகிழ்ச்சியாக இருந்தனர். இவர்களுக்கு நான்கு குழந்தைகள் பிறந்தன. பூமியில் மனித இனத்தை உருவாக்கிவிட்டனர். சாதியை உருவாக்க வேண்டும் என்று எண்ணினர். இதனால் நான்கு குழந்தையை நான்கு வருணங்களாகப் படைத்துவிட்டனர். அதில் ஒருவனுக்கு பறையர் என்று பெயரிடப்பட்டது.

7. மற்றொரு வழக்காறு வெள்ளாளர்களுடைய தொழிலைச் செய்வதற் காக தேவேந்திரனால் படைக்கப்பட்டவர்கள் பறையர்கள் என்று கூறப்படுகின்றது.

8. சூத்திர ஆணுக்கும் பிராமணப் பெண்ணுக்கும் பிறந்தவர்கள் பறையர்கள் என்றும் மற்றொரு வழக்காறு காணப்படுகின்றது. (மேலது)

பறையர்களின் தோற்றம் பற்றி தமிழகத்தில் பல மாவட்டங்களில் உள்ள தொன்மங்கள் அல்லது கதைகள் இங்கு பதிவு செய்யப் பட்டுள்ளன. மேலே கூறப்பட்ட வழக்காறுகளிலிருந்து சில விவரங்கள் தெளிவாகின்றன. தமிழகத்தில் இருந்த பூர்வகுடிகள் என்றும் வெளியிலிருந்து வந்தேறிய குடிகள் என்றும் இரண்டு பிரிவுகள் இருந்தன. இதன் பின்னர் பிறகுடிகள் உருவாக்கப்பட்டனர் என்பதும்

இவை தொழிலை அடிப்படையாகக்கொண்டு உருவாக்கப்பட்டவை என்பதும் தெளிவாகின்றன.

இக்கதையைக் கூர்ந்து கவனித்தால் இது ஒரு வகையான பங்காளிச் சண்டையை எடுத்துரைக்கின்றது என்றும் கூறலாம். இத்தகைய கதைகளை அடிப்படையாகக் கொண்டுதான் இன்று வரையில் ஒரு வகையான சடங்குகள் நடைபெறுகின்றன. பிராமணர்களுடைய வீட்டிற்குப் பிறசாதியினர் வந்தால் அந்த இடத்தை சுத்தம் செய்த பின்பு தான் அப்பகுதியைப் பயன்படுத்துவார்கள். அந்த இடத்தைத் தண்ணீர் அல்லது சாணம் கொண்டு சுத்தம் செய்வார்கள். ஏனென்றால் அந்த இடம் தீட்டு பட்டுவிட்டதாகக் கருதுகின்றனர். மேலும் மற்றவர்களை வீட்டில் அனுமதிப்பதில்லை. அவர்களைத் தொடுவதில்லை. இதைப் போன்ற நடைமுறையைப் பறையர்களுக்கு மட்டுமின்றி மற்ற எல்லா இனமக்களையும் ஒன்றாகப் பார்க்கின்றனர்.

பறையர்களும் பார்ப்பனர்களை அவர்களுடைய ஊரின் உட்பகுதியில் அனுமதிப்பதில்லை. அவர்கள் ஊருக்கு வந்து சென்றால் கெட்டது நடக்கும் என்று ஊரின் முன்னர் சாணத்தைத் தெளித்து ஊரைச் சுத்தம் செய்வார்கள். பார்ப்பனர் வரும்போது அவர் மேல் சாணிச்சட்டியை போட்டு உடைப்பது போன்ற செயல்களும் நடந்துள்ளன. இந்த இரு பிரிவினர்களும் ஓர் இனம் மற்றொரு இனத்தை எதிரியாகப் பார்க்கின்ற மனப்பாங்கு காணப்படுகின்றது. இருளர் போன்ற பல பழங்குடியின மக்களும் பிராமணர்கள் ஊருக்குள் வருவதைத் தீட்டாகக் கருதுகின்றனர்.

கிருஷ்ணகிரி பகுதியில் தோற்றம் பற்றிய வழக்காறுகள்

பறையர் என்ற இனக்குழு மக்களின் தோற்றம் பற்றி பல வகையான செவிவழிச் செய்திகள் காணப்படுகின்றன. அவற்றில் இண்டு வழக்காறுகள் மட்டும் எடுத்துக்கொள்ளப்பட்டுள்ளன. ஆந்திர மாநிலத்தை ஒட்டியுள்ள பகுதிகளில் காணப்படும் செய்தி முதலில் எடுத்துக்கொள்ளப்படுகின்றது. தொடக்க காலத்தில் பறையர் என்ற இனக்குழுத் தலைவன் அல்லது ஆதிமனிதன் தமிழ் பேசும் பெண்ணை மணந்தான். மணமானபின் குழந்தைகள் பிறந்தன. இவர்கள் தமிழ்மொழியைத் தாய்மொழியாகக் கொண்டதால் தமிழ்ப் பறையர் என்றும் கட்டிப் பறையர் என்றும் பெயரிடப்பட்டது.

இத்தலைவன் கன்னடம் பேசும் பெண்ணின் மேல் மோகம் கொண்டு அவளைத் தன்னுடைய ஆசை நாயகியாக வைத்துக்

கொண்டான். ஆனால் கன்னடம் பேசும் பெண்ணை மணமுடிக்க வில்லை. அவளுக்கு நான்கு ஆண்பிள்ளைகள் பிறந்தன. இந்த இரண்டு மனைவியர்களுக்கிடையில் காணி, கரகம் யாருக்குக் கொடுப்பது என்ற சண்டை எழுந்தது. இச்சண்டையை முடிவு செய்ய ஊரின் மையப் பகுதியில் போட்டியாக கரகாட்டம் ஒன்று நடத்தப்பட்டது. அந்தக் கரகாட்டத்தில் தமிழ்பேசும் பறையருக்காக ஒரு கரகமும், கன்னடம் பேசும் பறையருக்காக ஒரு கரகமும் ஆக இரண்டு கரகங்கள் போட்டியிட்டன. இரண்டு கரகங்களும் ஓய்வின்றி நீண்ட நேரம் ஆடின. இறுதியில் கன்னடம் பேசுபவர்களுக்காக ஆடிய கரகம் ஆடமுடியாமல் கரகம் தரையில் விழுந்துவிட்டது. இதைக் கண்டதும் தலைவன் வேதனை அடைந்தான்.

கரகம் தோற்றதால் கன்னடம் பேசும் பிள்ளைகள் வாழ்க்கையில் முன்னேற முடியாது என்பதை உணர்ந்து வருத்தப்பட்டான். ஆனால் தமிழ் பேசும் பிள்ளைகள் வெற்றி பெற்றுவிடுவார்கள் என்று நம்பினான். இதனால் தன்னுடைய காணி, கரகங்கள் எல்லா வற்றையும் கன்னடம் பேசும் பறையருக்கே கொடுத்துவிட்டான். இவர்களுக்குள் சண்டைகள் வரக்கூடாது என்பதற்காகக் கன்னடம் பேசும் பறையர்கள் வடபகுதியிலும், தமிழ் பேசும் பறையர்கள் தென்பகுதியிலும் வாழ்க்கையை அமைத்துக்கொடுத்தான் என்ற ஒரு கதையும் கூறப்படுகின்றது.

2. தருமபுரிப் பகுதியில் மற்றொரு கதையும் காணப்படுகின்றது. முரசுப் பறையர் இனத்தைச் சார்ந்த ஆதிமனிதன் அல்லது குலத் தலைவன் கன்னடம் பேசும் பெண்ணை மணம் முடித்தான். அவனுக்குப் பிள்ளைகள் பிறந்தன. ஆனால் தமிழ் பேசும் பெண்ணையும் மணம்முடிக்க ஆசைப்பட்டான். திருமண ஏற்பாடுகள் நடை பெற்றன. ஆனால் மணவறையில் இருந்த பெண் மாப்பிள்ளை பிடிக்கவில்லை என்று மணவறையை விட்டு ஓடிவிட்டாள். அப்பெண் அரூர் பகுதியிலுள்ள கோட்டைமலை வரையில் ஓடிவிட்டாள். மணமகன் அந்தப் பெண்ணை மணம் முடிக்காமல் விடுவதில்லை என்று கூறி அங்குள்ள ஆள்தாண்டிக்கல் வரை சென்றான். மணமகளால் அதற்கு மேல் செல்ல இயலவில்லை. மணமகன் அவளை விடாமல் துரத்திச் சென்று அவளுடைய கையில் கங்கணம் கட்டி அழைத்து வந்து குடும்பம் நடத்தினான். திருமணம் செய்யாமல் கங்கணம் மட்டும் கட்டிக் கொண்டு குடும்பம் நடத்தியதால் அவர்களுக்குப் பிறந்த குழந்தைகளுக்குக் கட்டிப் பறையர் என்றும்

தமிழ் பேசுகின்ற காரணத்தால் தமிழ் பேசும் பறையர் என்றும் பெயர் வந்தது என்றும் ஒரு கதை கூறப்படுகின்றது. தாலி கட்டாமல் கங்கணம் மட்டும் கட்டியதால் கங்கணம் கட்டிய பறையர் என்பது மருவி கட்டிப் பறையர் என்று வந்தது என்று கூறப்படுகின்றது. இவர்களுக்குள் சண்டைகள் வராமல் இருக்க வடதிசையில் கன்னடம் பேசுகின்றவர்களும் தென்திசையில் தமிழ் பேசுபவர்களும் குடியமர்த்தப்பட்டனர் என்ற கதை ஒன்றும் உள்ளது.

இவை இரண்டும் செவிவழிச் செய்திகளாக இருந்த போதும் ஒரு செய்தி மட்டும் தெளிவாகத் தெரிகின்றது. ஒவ்வொரு பகுதியிலும் ஒவ்வொரு பிரிவைச் சார்ந்தவர்கள் தங்களை உயர்வாகப் பேசிக் கொள்ளும் மனநிலை மட்டும் தெளிவாகின்றது. மற்ற இன மக்களிடமிருந்து ஒதுக்கப்பட்டவர்கள் என்பது முதன்மையாகக் காணப்பட்ட போதும், ஒதுக்கப்பட்டவர்களில் யார் உயர்ந்தவர் என்பதிலும் போட்டிகள் இருந்தன. அத்தகைய மனநிலை இந்த இனமக்களுக்கு மட்டும் இன்றி எல்லா இனங்களிலும் காணப்படும் ஒரு பொதுத்தன்மை என்பதை மறுக்க இயலாது.

மேலே கூறப்பட்ட கதைகளின் அடிப்படையில் கதைகள் இரண்டாக இருந்தாலும் மையக்கருத்து ஒன்று என்பது மட்டும் விளங்குகின்றது. பறையர் இனத்தின் குலத்தலைவன் ஒரு பெண்ணை மணந்தான். மற்றொரு பெண்ணை ஆசைநாயகியாக வைத்துக் கொண்டான். இரண்டு மனைவியர்க்குப் பிறந்த பிள்ளைகளில் ஒரு பிரிவினர் கன்னடம் பேசுபவர்களாக இருந்தார்கள். மற்றொரு பிரிவினர் தமிழ் பேசுபவர்களாகவும் வாழ்ந்தார்கள். இவர்களுக்கு ஆண்வாரிசு மட்டும் பிறந்திருக்கின்றது. மனைவியரின் குலமரபுப்படி பேசுகின்ற மொழியை அடிப்படையாகக்கொண்டு கன்னடப் பறையர் என்றும் தமிழ்ப் பறையர் என்றும் பெயரிடப்பட்டனர்.

இந்த இரண்டு பிரிவைச் சார்ந்தவர்கள் அனைவரும் ஒரு வகையான இசைக்கருவியை வாசிப்பவர்கள் என்பது உண்மை. பறையை அடிக்கும் பிரிவைச் சார்ந்தவர்கள் பறையர் என்றும், முரசை அடிப்பவர்கள் முரசுப் பறையர் என்றும் பெயர்பெற்றனர். மொழி மட்டும் வேறுபடுகின்றதே தவிர இவர்கள் செய்யும் தொழில் ஒருவகையில் ஒன்று என்பதை மறுக்க முடியாது. இந்த இரண்டு பிரிவினருக்கும் லிங்காயத்துப் பிரிவைச் சார்ந்த ஒருவரே குலகுருவாக நியமிக்கப்பட்டார். இக்குலகுரு கன்னடம் பேசுகின்ற இனத்தாருக்கும் தமிழ் பேசும் இனத்தாருக்கும் நாமம் இட்டு, தீர்த்தம் வழங்குகின்ற

பறையர்களின் தோற்றம் பற்றிய வழக்காறுகள் ▼ 41

பணியைச் செய்கின்றார். அதாவது குலகுரு ஒன்று; ஆனால் குலங்கள் வேறு என்பது தெளிவாகின்றது.

இக்கதைகள் சுமார் 450 ஆண்டுகளுக்கு முன்னர் உருவாக்கப்பட்டவை. ஆனால் இக்கதைகள் உருவாவதற்கு முன்னரே தமிழகத்தில் வாழ்ந்த பூர்வகுடிகள் இவர்கள் என்பது முன்னர் கூறப்பட்டது. தொல்பழங்குடிகளாக வாழ்ந்த இப்பிரிவினர்கள் செய்யும் தொழிலின் அடிப்படையில் தாழ்த்தப்பட்டவர்கள் என்று வகைப்படுத்தப்பட்டனர். அவ்வாறு வகைப்படுத்தும் போது கன்னடம் பேசும் இனக்குழு ஒரு பகுதியிலும் தமிழ்பேசும் இனக்குழு ஒரு பகுதியிலும் வாழ்ந்தார்கள். இதனால் தமிழ்பேசும் பறையர்களையும் கன்னடம் பேசும் பறையர்களையும் ஒன்றாக இணைப்பதற்காக இந்தக் கதைகள் உருவாக்கப்பட்டன என்றும் கூறலாம். இவர்கள் செய்யும் தொழிலில் வேறுபாடுகள் காணப்பட்ட போதிலும் இவர்கள் தாழ்த்தப்பட்டப் பிரிவைச் சார்ந்தவர்கள். இப்பிரிவினருக்குள் வேறுபாடுகளும், உயர்ந்தவர்கள், தாழ்ந்தவர்கள் என்ற பாகுபாடும் வராமல் இருக்கவும் குடித்தலைவனுக்கு இரண்டு மனைவியர் இருந்தனர் என்றும் இரண்டு மனைவியர்க்குப் பிறந்தவர்கள் என்றும் ஒப்புக்கொள்வதற்காக கதைகள் உருவாக்கப்பட்டிருக்கலாம்.

இந்த இருபிரிவினருக்கிடையில் திருமணம் தொடர்பாக சண்டைகள் வரும் என்று எண்ணிய காரணத்தால் ஒரு தந்தைக்குப் பிறந்த இண்டு சகோதரர்கள் என்று கதை கட்டியுள்ளனர். இதனால் இருபிரிவினர்களும் ஒரே சகோதர குலமுறையைச் சார்ந்தவர்கள்.

தலித் என்ற சொல்

தலித் என்ற சொல் மராட்டியச் சொல். இச் சொல்லுக்கு புறசாதியினர், தாழ்த்தப்பட்ட சாதியினரின் தொகுப்பு, நிலமற்ற வறிய விவசாயிகள், பெண்கள், சுரண்டப்பட்டவர்கள் போன்று பல விளக்கங்கள் காணப்படுகின்றன. இச்சொல்லை முதன்முதலில் அம்பேத்கரின் குருவான மகாத்மா புலே அவர்கள் ஒடுக்கப்பட்டவர்கள் என்பதைக் காட்டுவதற்காக அறிமுகப்படுத்தினார். சமுதாயத்தில் தாழ்த்தப்பட்டவர்கள் எல்லா வகையிலும் ஒதுக்கப்பட்டவர்கள் என்றும் ஒடுக்கப்பட்டவர்கள் என்றும் காட்டவேண்டும் என்பதற்காக இந்தச் சொல்லைப் பயன்படுத்தினார்.

பறையர் என்றால் தீண்டத்தகாதவர்கள் என்ற கருத்து நிலவியதால் அப்பெயரை மாற்ற வேண்டும் என்ற எண்ணம் தோன்றியது. இந்த

மண்ணின் பூர்வகுடிகள் என்பதால் இந்தப் பெயரை ஆதித்தமிழர், ஆதிதிராவிடர் என்று மாற்றவேண்டும் என்பதற்காக 1891இல் திராவிட மகாசன சபையில் தீர்மானம் கொண்டு வரப்பட்டது. அதன் பின்னர் எம்.சி. இராசா, பி.வி. சுப்பிரமணியம்பிள்ளை, கே.முனியசாமி போன்றவர்கள் ஆங்கில அரசு அதிகாரிகளான மாண்டேகு, செமிஸ் போர்டு ஆகியவர்களிடம் முறையிட்டனர். சுதந்திரத்திற்குப் பின்னர் காந்தி அடிகள் தாழ்த்தப்பட்டோரை உயர்த்திக்காட்ட வேண்டும் என்ற நோக்கத்தில் 'ஹரிஜன்' என்று பெயர் மாற்றம் செயதார். அதாவது ஹரி என்ற விஷ்ணுவின் குழந்தைகள் என்ற பொருளில் அல்லது கடவுளின் குழந்தைகள் என்ற பொருளில் மாற்றினார். 1930 முதல் ஹரிஜன் என்ற பெயர் வழக்கத்திற்கு வந்தது. இப்பெயரும் 1935 இல் பட்டியல் சாதியினர் (scheduled caste) என்று பெயர் மாற்றப்பட்டது. இதற்கு மாற்றாக ஹரிஜன் என்ற பெயர் மாற்றப்பட்டு 'ஆதிதிராவிடர்' என்ற பெயர் வந்தது. இதனால் 'ஹரிஜன நலத்துறை' என்ற பெயர் மாற்றப்பட்டு ஆதிதிராவிடர் நலத்துறை என்று வந்தது.

அயோத்திதாசர் (1845-1914)சித்த மருத்துவர் முதன்முதலில் 1881இல் மக்கள் தொகை கணக்கெடுப்பின் போது சென்சஸ் கணக்கில் பறையர் என்ற சொல்லுக்கு மாற்றாக 'ஒதுக்கப்பட்ட தமிழர்' என்று குறிப்பிடவேண்டும் என்றார். பின்னர் அதற்கு மாற்றாக 'திராவிடர்' என்று சொல்லவேண்டும் என்றும் முதலில் தம்முடைய அமைப்பிற்கு 'திராவிடன் மகாஜன சபை' என்று பெயர் மாற்றினார். தென்னாட்டினரை முதன்முதலில் திராவிடர்கள் என்று கூறியவர் அயோத்திதாசர். பின்னர் கால்டுவெல் இந்தச் சொல்லைப் பயன்படுத்தினார்.

பறையர்களின் மற்றொரு தலைவர் இரட்டைமலை சீனிவாசன் (1860-1945)என்பவர் பறையர் என்ற சொல் பெருமைக்குரியது என்றும்1892 இல் 'பறையர் மகாஜன சபை' என்று தம்முடைய அமைப்பிற்கு பெயர் வைத்தார். அயோத்திதாசர் இந்தச் சொல் பழைய ஆவணங்களில் இல்லை என்றும் 'ஆதிதிராவிடர்' தமிழகத்தின் பழங்குடிகள் என்ற பொருளில் இதைப் பயன்படுத்த வேண்டும் என்றும் 'ஆதிதிராவிட மகாஜனசபை' என்ற சபையையும் உருவாக்கினார். ஆதிதிராவிடர் என்ற சொல்லை முதன்முதலில் பயன்படுத்தியவர் அயோத்திதாசர் என்று வெளிநாட்டு ஆய்வாளர் ஒருவர் பெருமையுடன் கூறுகின்றார். பறையர்களின் மற்றொரு தலைவர் எம்.சி. இராஜா (1883-1943) என்பவர் அரசுப் பதிவேடுகளில்

ஆதிதிராவிடர் என்ற சொல்லைப் பதிவு செய்ய ஏற்பாடுகள் செய்தார். ஈரோடு ஈ.வே.ரா. பெரியார் ஆதிதிராவிடர் என்ற சொல்லைப் பயன் படுத்த துணையாக இருந்தார்.

வகைகள்

முரசுக் கொங்கரு, முரசுப் பறையரு, திகலரு, புட்டஒலையரு, ஒலையரு, முரசுப் பள்ளி, மகதூர் என்று ஏழு வகையான பறையர்கள் இருந்தனர் என்று மைசூர் கெசட்டியர் குறிப்பிடுகின்றது. வர்ணக் கோட்பாட்டை உருவாக்கிய பிராமணர்கள் சத்திரியர், வைசியர், சூத்திரர் ஆகிய நான்கு வகை சாதியில் இல்லாதவர்கள் பஞ்சமர் சாதி என்று ஐந்தாவது சாதியை உருவாக்கினர். இதில் சக்கிலி, தோட்டி, வில்லியர், பறையர், சாம்பவர் போன்றவர்களைச் சேர்த்தார்கள். பௌத்தர்கள் பிராமணர்களின் கொள்கையை எதிர்த்ததால் பௌத்தரையும் பஞ்சமர் சாதியில் இணைத்தனர்.

கி.பி.11ஆம் நூற்றாண்டில் பறையர் சமுதாயத்தில் இரண்டு பிரிவுகள் இருந்தன. நெசவுப் பறையர் மற்றொன்று உழவுப் பறையர் என்று பெயர் இடப்பட்டனர். இவர்களுக்கென்று தனி ஊர்கள், கிணறுகள், தனி சுடுகாடுகள் இருந்தன என்று கூறப்பட்டுள்ளது. இதில் மற்றொரு பிரிவு உள்ளது. அதற்கு வள்ளுவர் என்ற பெயர் காணப்படுகின்றது. வள்ளுவன் என்பது பல்லவ மன்னர்களின் காலத்தில் ஜோதிடர்களாகவும், மதகுருக்களாகவும் இருந்தனர் என்று ஆய்வுகள் கூறுகின்றன.

4

குருவைய்யரும் குலதெய்வமும்

ஒவ்வொரு சமுதாயத்திற்கும் ஒவ்வொரு குலகுரு உள்ளார் என்பது சமுதாயத்தின் அமைப்பு முறைகளில் ஒன்று. குலகுரு என்பவர் கடவுளுக்கு அடுத்தபடியாக வைத்து வணங்கப்படுபவர். கடந்த கால வரலாற்றில் ஒவ்வொரு அரசமரபு உருவாகும் போதும் அந்த அரச மரபிற்கு ஒரு குலகுருவை முதன்மைப்படுத்தி அந்தக் குலகுருவின் ஆசியைப் பெற்று உருவாகியிருக்கின்றது. இதைப் போன்று கன்னடம் பேசும் முரசுப் பறையருக்கும் தமிழ்பேசும் கட்டிப் பறையருக்கும் குலகுரு இருக்கின்றார். இவர்களுடைய எல்லா நல்ல காரியங் களிலும், கோயில் விழாக்களிலும் குலகுருவே முதன்மையானவராகக் காணப்படுகின்றார். அவருடைய ஆசியைப் பெற்றபின்பு அனைத்து மங்களச் செயல்களும் நடைபெறும். ஆனால் தற்போது இதில் பல மாற்றங்கள் வந்துவிட்டன. பலபகுதிகளில் குருவைய்யர் யார் என்பது தெரியாமல் உள்ளனர். நாகரிக வளர்ச்சியால் பழையன கழிந்து புதியன புகுந்துவிட்டன. இதனால் குருவைய்யரை முதன்மைப் படுத்தும் வழக்கம் தற்போது மறைந்துவிட்டது.

குருவைய்யரின் குடும்பங்கள் சில இடங்களில் உள்ளன. இவர்களுடைய பூர்வீகப் பட்டணம் திருப்பதி பட்டணம் என்று கூறுகின்றனர். இவர்கள் தங்களை 'திரிவிசிஸ்டாங்க ஐயங்கார்' என்று வகைப்படுத்திக் கொள்கின்றனர். இவர்கள் ஆந்திரத்திலிருந்து இப்பகுதிக்குக் குடிபெயர்ந்தவர்கள் என்றும் பறையர் இன மக்களின் குலகுருவாக இருப்பதே தங்களுடைய தொழில் என்றும் கூறு கின்றனர். இந்த இனமக்களில் குடிப்பெயர்ச்சி ஏற்பட்ட போது அவர்களுடன் இவர்களும் குடிபெயர்ந்து வந்தனர் என்பது அவர்களுடைய வாதம். பெரும்பாலும் இனக்குழு மக்கள் ஓர் இடத்திலிருந்து மற்றொரு இடத்திற்குக் குடிபெயர்ந்து செல்லும்

போது அவர்களுடன் அவர்களின் குலதெய்வங்களையும் குலகுருவையும் உடன் அழைத்துச் செல்வது வழக்கம். தொடக்க காலத்தில் எல்லா இனக்குழு மக்களின் சமுதாயத்திலும் இத்தகைய வழக்கம் காணப்படுகின்றது. இக்கருத்தை அடிப்படையாகக் கொண்டு நோக்கும் போது ஆந்திரம் வழியாக வந்த முரசுப் பறையர்களுடன் அவர்களுடைய குலகுருவும் குடிபெயர்ந்து வந்திருக்கலாம் என்று எண்ணத் தோன்றுகின்றது.

திருப்பதி பட்டணத்திலிருந்து குடிபெயர்ந்துவந்த இவர்கள் முதலில் மாதேபள்ளியில் குடியமர்ந்தனர். இவர்களுடைய வழிவந்தவர்களில் ஒரு பிரிவினர் கல்லாவி, பெருமாநாயக்க நல்லூர் போன்ற இடங்களில் குடியமர்ந்துள்ளனர். இவர்களுடைய குடும்பங்கள் ஒவ்வொரு பகுதிக்கு ஒவ்வொரு குடும்பம் என்ற முறையில் குடியமர்ந்தனர் என்றும் கூறிக்கொள்கின்றனர். குருவைய்யருக்குத் தேவையான அத்தியாவசியமான பொருள்கள் எல்லாவற்றையும் பறையர் இன மக்கள் தடையின்றிக் கொடுத்தனர். அதனால் குருவைய்யரின் குடும்பத்தினர் அவர்களையே நம்பி வாழ்ந்தனர். ஒரு மாதத்தில் இரண்டு அல்லது மூன்று ஊர்கள் என்று முடிவு செய்து, அந்த ஊர்களுக்குச் சென்று தங்குவார்கள். அந்த மக்கள் தொடங்கும் புதிய செயல்களைத் தொடங்கி வைத்தும், சிக்கல்களைத் தீர்த்து வைத்தும், அவர்களை நல்வழிபடுத்துவதும் குருவைய்யரின் தொழில். இதற்காக காணிக்கையாக பணம் அல்லது பொருள் பெற்று வருவார்கள்.

குருவைய்யர் ஓர் ஊருக்குச் சென்றால் அந்த ஊரிலுள்ளவர்கள் அந்த ஊரிலுள்ள கோயிலில் தங்க வைப்பார்கள். கோயில் இடம் போதுமானதாக இல்லையென்றால் தனியாக உள்ள வீடு ஒன்றைச் சுத்தம் செய்து அந்த வீட்டில் தங்கவைப்பார்கள். குருவைய்யர் யாருடைய வீட்டிலும் உணவு உண்ணமாட்டார். அவருக்குத் தேவையான எல்லாப் பொருள்களையும் அதாவது அரிசி முதல் கறிவேப்பிலை வரை உள்ள எல்லா உணவுப் பொருள்களையும் அந்த ஊர்ப் பொதுமக்கள் கொடுப்பார்கள். அப்பொருள்களைப் பெற்று அவரே சமைத்துச் சாப்பிடுவார். குருவைய்யர்கள் இவர்களை நம்பியே வாழ்பவர்கள். ஊரில் தங்கும் நாள்களில் அந்த ஊர்மக்கள் தொடங்கும் புதிய தொழில்கள், செய்யும் தொழில்கள், வேளாண்மை போன்ற மற்ற தொழில்கள் இந்த மக்களுக்குப் பெருகவேண்டும் என்று குருவைய்யர் தீர்த்தம் கொடுப்பார். குருவையர் கடவுளிடம்

இவற்றை வேண்டிக் கடவுளின் தூதனாக செயல்படுவார்கள். இதனால் ஊர் செழிப்படையும் என்று இந்த இனமக்கள் நம்புகின்றனர்.

குருமுத்திரை

குலகுரு குடும்பத்தினர் வைணவத்தைச் சார்ந்தவர்கள். இவர்களுக் கென்று ஒரு முத்திரை உள்ளது. இந்த முத்திரையில் விஷ்ணுவின் கைகளில் உள்ள சங்கும் சக்கரமும் பொறிக்கப்பட்டுள்ளன. இந்த முத்திரை அவர்களுடைய புனிதமான சின்னமாகக் கருதப்படுகின்றது. ஒவ்வொரு ஊருக்கும் போகும் போதும் இந்த முத்திரையை அவர்கள் எடுத்துச் செல்வார்கள். அங்கு குற்றம் செய்தவர்களின் மேல் முத்திரையை வைத்து எடுத்தால் அவர்கள் புனிதம் அடைவார்கள் என்பது நம்பிக்கை. இதற்காகச் சிறப்புப் பூசைகள் செய்து அந்த முத்திரையை வைப்பது வழக்கம். அவர்கள் அதன் பின் எந்தத் தவறையும் செய்யமாட்டார்கள் என்று கூறுகின்றார்கள்.

குருவைய்யர் ஓர் ஊருக்குச் சென்றால் அந்த ஊரில் சுமார் பத்து நாள்கள் வரையில் தங்கியிருப்பார். அப்பொழுது அந்த ஊரிலுள்ளவர்கள் அனைவருக்கும் நாமம் இட்டு தீர்த்தம் வழங்கி ஆசி கூறுவார். பொதுவாக குருவைய்யர் உயரமான இடத்தில் அமர்ந்திருப்பார். அவர் தன்னிடம் திருநீறு, குங்குமம், தீர்த்தம் ஆகியவற்றை வைத்திருப்பார். அந்த ஊர்மக்கள் கைக்கட்டி நிற்பார்கள். அவ்வாறு நிற்கின்ற ஊர் மக்களுடைய நெற்றியில் நாமம் இட்டு, அவர்களின் மேல் தீர்த்தம் தெளித்து ஆசி கூறுவார். ஊர்மக்கள் அவருடைய கால்களைத் தொட்டுக் கும்பிட்டுச் செல்வார்கள். இதைப் போன்று ஊரிலுள்ள அனைவருக்கும் தீர்த்தம் கொடுப்பார். இவ்வாறு செய்வதால் அவர்களின் மேல் உள்ள கெட்டக் காற்று நீங்கும் என்றும் அவர்கள் தொடங்கும் தொழில் வளமடையும் என்றும் நம்புகின்றனர். குலகுரு கடவுளிடம் ஆசி பெற்று, அந்த ஆசியை ஊர்மக்களுக்கு வழங்குவ தாகக் கருதப்படுகின்றது. இறைவன் உங்களுடைய பாவங்களை எல்லாம் தீர்த்து சுகமாக வாழ வழிவகுக்கும் நோக்கத்திற்கு எங்களை அனுப்பி வைத்திருக்கின்றார் என்று கூறுகின்றனர். நீங்கள் எங்களுடைய கால்களைத் தொட்டுக் கும்பிடும் போது உங்களுடைய பாவங்கள் எங்களுக்கு வந்துவிடு கின்றன. இந்தப் பாவங்களை எல்லாம் நாங்கள் சுமந்துகொண்டு எங்களுடைய பூர்வீகக் குடியான திருப்பதி பட்டணம் சென்று திருப்பதியில் அப்பாவங்களைச் சுத்தம் செய்கின்றோம். நாங்கள் ஆண்டிற்கு ஒரு முறை கட்டாயமாக திருப்பதி சென்று விஷ்ணுவிடம் உங்களுக்காகப் பரிகாரம் பெறுகிறோம்

என்று கூறுகின்றனர். பெரும்பாலான குலகுருக்கள் இச்செய்தியை ஒப்புக்கொள்வதுடன் இதை அவர்களுடைய பாவத்திற்குப் பரிகார மாகவும் கருதுகின்றனர்.

தற்போது மாதேபள்ளியில் ரங்கசாமி ஐயரும், அவருடைய மனைவி கௌரம்மாவும் கிருஷ்ணகிரி பகுதியின் குருவைய்யர்களாக உள்ளனர். பெருமாநாயக்கன் பட்டியில் இருந்த விஷ்ணு ஐயர், ரங்கசாமி ஐயர், கிருஷ்ணன் ஐயர் ஆகியோர் கல்லாவி, மூங்கம்பட்டி, கண்ணன்டஅள்ளி பகுதியில் குருவைய்யர்களாக இருந்தனர். இவர்களுடைய சந்ததிகள் இத்தொழிலைச் செய்ய முன்வரவில்லை. மாதேபள்ளியில் உள்ளவர்கள் மட்டும் குலகுருவாகத் தொடர்ந்து இருந்துவருகின்றனர்.

பட்டம் கட்டும் விழா

ஓர் ஊரின் நிர்வாக அமைப்பில் மணியகாரன், எஜமானன், கோல்காரன் ஆகியோர் முதன்மையானவர்கள். இது வழிவழியாக ஒரு கொடியில் வந்தவர்கள் அல்லது ஒரு குடியில் வந்தவர்களுக்குக் கொடுக்கின்ற பதவி. இவர்களைப் புதிதாக நியமிக்கும் போது அவர்களுக்குப் பட்டம் கட்டுகின்ற விழா நடைபெறும். இந்த விழாவில் குருவைய்யர் முக்கிய பங்கு வகிப்பார்.

எஜமானன், மணியகாரன், கோல்காரன் ஆகியோருக்குப் பட்டம் கட்டும் அதிகாரம் குருவைய்யருக்கு மட்டும் உள்ளது. பட்டம் கட்டிக்கொள்பவர்கள் அந்த விழாவிற்குரிய முழு செலவையும் ஏற்றுக்கொள்வார்கள். முதலில் முகூர்த்த நாள் குறித்து அந்த நாளில் குலகுரு உட்பட ஊரிலுள்ளவர்கள் எல்லோருக்கும் விவரம் தெரிவிக்கப்படும். பட்டம் கட்டிக்கொள்பவர்கள் அன்று ஒரு நாள் உண்ணா நோன்பு இருக்கவேண்டும். பால், பழம் மட்டும் சாப்பிட வேண்டும். பட்டம் கட்டும் நிகழ்ச்சி பெரும்பாலும் கோயிலின் உட்பகுதியில் நடைபெறும். அன்று பூசாரி கோயிலை சுத்தம் செய்து, சாமிக்கு அலங்காரம் செய்வார். அவரைத் தொடர்ந்து குருவைய்யரும் கோயிலில் மந்திரங்களை ஓதிக் கோயிலைப் புனிதமான இடமாக ஆக்குவார். பட்டம் கட்டிக்கொள்பவர்கள் குளித்துவிட்டு, புத்தாடைகள் அணிந்து கோயிலிலுள்ள சாமியை வணங்கி கோயிலின் முன் கிழக்கு நோக்கி அமருவார்கள். குருவைய்யர் அவர்களுடைய நெற்றியில் நாமம் போட்டு, பட்டம் கட்டி, தீர்த்தம் வழங்குவார். பூமாலை ஒன்றையும் அணிவிப்பார்கள். எஜமானனுக்கும்

மணியகாரனுக்கும் பட்டம் முதலில் கட்டுவார்கள். அதன் பின்னர் பூமாலை கழுத்தில் போடுவார்கள். பட்டம் கட்டிக்கொண்ட பின்பு குருவைய்யரை வணங்கிவிட்டுக் கோயிலை மூன்று சுற்று சுற்றிவந்து சாமியை வணங்குவார்கள். இதைத் தொடர்ந்து அன்னதானம் நடைபெறும். இறுதியாக ஊரிலுள்ள வீதி வழியாக ஒவ்வொரு வீட்டிற்கும் பட்டம் கட்டியவர்கள் செல்வார்கள். ஊரிலுள்ளவர்கள் இவர்களுக்கு மஞ்சள் நீரில் ஆரத்தி எடுப்பார்கள். இப்பதவிகள் பெரும்பாலும் வழிவழியாக வருகின்ற உரிமை என்பதால் அப்பதவி ஒரு கூம்புக்காரர்களுக்கு அல்லது கொத்துக்காரர்களுக்குச் சொந்தமானது.

இந்த இனமக்களிடத்தில் விழாக்களான காது குத்துதல், திருமணம், கோயில் விழாக்கள் போன்றவற்றில் குருவைய்யரே முதன்மை யானவர். மற்ற பிராமணர்கள் கீழ்ச்சாதியினர்களின் ஊரில் நுழைவது அவர்களுக்கு கெடுதலானது என்பது முன்னர் கூறப்பட்டது. அவர்கள் நுழைந்தால் தங்களது எதிர்ப்பைத் தெரிவிக்க சாணி சட்டியை உடைப்பார்கள். திரிவிசிஸ்டாங்க ஐயங்கார் என்ற பிரிவைச் சார்ந்த குருவைய்யர்கள் பறையர் இனமக்களுக்காக ஒதுக்கப் பட்டவர்கள் என்று அவர்களே கூறுகின்றனர். குருவைய்யர்கள் வைணவத்தைச் சார்ந்தவர்கள் என்பதால் பறையர்களின் குல தெய்வமும் வைணவத்தை அடிப்படையாகக் கொண்ட திம்மராய சாமி, சென்றாயசாமி போன்றன குல தெய்வங்களாக உள்ளன. ஆனால் கிருஷ்ணகிரி, தருமபுரி மாவட்டத்திலுள்ள மற்ற குலங்களைச் சார்ந்த பறையர்களுக்கு பைரவர், இராமசாமி, சென்றாயசாமி போன்றன குலதெய்வங்களாக உள்ளன.

குலதெய்வம்

ஒவ்வொரு குலத்திற்கும் ஒவ்வொரு குலதெய்வம் உண்டு. இதைப் போன்று பல குலங்களுக்கு ஒரு குலதெய்வமும் நடைமுறையில் உள்ளது. உதாரணமாக காவேரிப்பட்டிணம் அருகிலுள்ள 'போல்மலை திம்மராயசாமியை' சுமார் 300 ஊரிலுள்ள பல சாதியைச் சார்ந்தவர்கள், பல குலங்களைச் சார்ந்தவர்கள் குலதெய்வமாக வழிபடுகின்றனர். இக்கோயிலைச் சாதிமத பேதமின்றி குலதெய்வமாக வழிபடுகின்றனர் என்பதும் குறிப்பிடத்தக்கது.

ஆண்டிற்கு ஒரு முறை அல்லது பல ஆண்டுகளுக்கு ஒருமுறை பெரிய அளவில் குல தெய்வ வழிபாட்டைச் செய்வார்கள். குலதெய்வ

வழிபாட்டைச் செய்வதற்கு அவர்களுடைய பங்காளிகள் அனைவரையும் அழைத்து வழிபாடு செய்யும் நாளை குறிப்பிடுவார்கள். இந்தச் செய்தியை அவர்களுடைய சொந்தக்காரர்கள் எல்லோருக்கும் தெரிவிப்பார்கள். எலலோரும் ஒன்றாக இணைந்து கோயிலுக்குச் செல்வார்கள். பெரும்பாலும் உண்ணாநோன்பு இருந்து வழிபடுவது வழக்கம். கோயிலுக்கு போவதற்கு முன் கோயில் பூசாரிக்குத் தேவையான வழிபாட்டுப் பொருள்களைக் கொடுத்து விடுவார்கள். இதற்குப் 'படிகொடுத்தல்' என்று பெயர். இதில் தேங்காய் முதல் கடவுளுக்கு அணிவிக்கின்ற துணி உட்பட எல்லாப் பொருள்களையும் கொடுப்பார்கள். கோயிலில் பூசாரி பொங்கல் வைத்து, பஞ்சாமிர்தம் செய்து வைப்பார்.

குலதெய்வக் கோயிலில் முடிகொடுப்பது, காது குத்துவது, குழந்தைகளுக்குப் பெயர் வைப்பது போன்றன செய்வார்கள். பிறந்த குழந்தைகளுக்கு முதல் முடியைக் குலதெய்வக் கோவிலில் எடுப்பது வழக்கம். இது எல்லா சமுதாயத்திலும் காணப்படுகின்ற பழமையான வழக்கம். கோயிலில் படிகொடுத்த பின்னர் படையல் வைத்துப் பூசாரி பூசை செய்வார். திம்மராயச்சாமி கோயிலிலுள்ள பூசாரி கன்னடம் பேசுகின்ற வைஷ்ணவர். குலதெய்வமாக வழிபட வந்திருக்கும் சமுதாயம் நலம் பெறவும் செழிப்பான வாழ்க்கை நடத்தவும் கோயிலின் முன்னர் உள்ள கம்பத்தின் மேல் நெய்விளக்கை ஏற்றுவார். அகல்விளக்கைப் போன்ற பெரிய மட்கலத்தில் விளக்கை ஏற்றி கம்பத்தின் மேல் வைப்பார். இந்த விளக்கை கிழக்கு நோக்கி வைப்பார். இதற்கு 'மேல்தீபம்' ஏற்றுவது என்று பெயர் கூறுகின்றனர். இந்த தீபத்தைப் படிகொடுத்து ஏற்றினால், ஏற்றிய இனமக்கள் செழிப்பான வாழ்க்கையைப் பெறுவார்கள் என்று நம்புகின்றனர். இதன் பின்னர் பிரசாதம் வழங்கப்படும்.

பெரும்பாலும் குலதெய்வத்திற்கு விழா எடுக்கும்போது குலதெய்வ கோயிலில் சமைத்து உணவு சாப்பிடுவதும் நீண்ட நாளைய வழக்கம். வந்திருக்கும் விருந்தினர்களுக்கும், உறவினர்களுக்கும் அன்னதானமும் நடைபெறும்.

பைரப்பசாமி

கரடிக்குறிக்கு அருகிலுள்ள பெரிய ஏரியின் மேற்குப் பகுதியில் பைரப்பசாமி கோயில் உள்ளது. இது கம்மம்பள்ளி, சூரன்கொட்டாய் போன்ற 100க்கும் மேற்பட்ட ஊரில் வாழுகின்ற பல சாதிகளைச்

பைரப்பசாமி நடுகல்

சார்ந்த மக்களுக்கு குலதெய்வமாக உள்ளது. பைரவர் என்பது சிவபெருமானின் ஒரு அவதாரம். இங்கு பெரிய கோயில் ஒன்றும் பைரப்பசாமிக்கு கட்டப்பட்டுள்ளது. கோயில் கட்டுவதற்கு முன் இங்குள்ள நடுகற்களை பைரப்பசாமி என்று வழிபட்டுள்ளனர். நடுகற்களை குலதெய்வமாக வழிபட்டுள்ளனர். நடுகல் வழிபாடு என்பது இறந்தவர்களை வழிபடுகின்ற வழக்கத்தின் ஒருவகை. இங்கு நான்கு நடுகற்கள் உள்ளன. இவை கி.பி.13, 14ஆம் நூற்றாண்டைச் சார்ந்தவை. எனவே சுமார் 1,500 ஆண்டுகளாக நடுகற் களை குலதெய்வமாக வழிபட்டுள்ளனர் என்பது தெளிவாகின்றது. முரசுப் பறையர்கள் மூதாதையர்களை வழிபடுகின்ற வழக்கத்தைக் கொண்டவர்கள். பொருளாதார நிலையில் நலிவடைந்தவர்களாக ஆனதால் நடுகற்களை வெட்டுவதற்கு இயலாதவர்களாகிவிட்டனர். சில இடங்களில் மட்டும் நடுகற்களை வணங்கிவருகின்றனர். இதற்கு உதாரணமாக பைரப்பசாமி கோயிலுள்ள நடுகற்களைக் கூறலாம்.

எனவே, இவர்கள் தொடக்கக் காலத்தில் மூதாதையர்களை வழிபடுகின்றவர்களாக இருந்தனர். காலபோக்கில் மூதாதையர்களுக்கு நடுகல் எடுத்து வழிபடுகின்ற வழக்கத்தைக் கொண்டுவந்தனர்.

குருவைய்யரும் குலதெய்வமும் ⁓ 51

ஆனால் பொருளாதார நிலையில் நலிவடைந்தவர்களாக மாறியதால் நடுகல் எடுக்கும் வழக்கத்தை விட்டுவிட்டனர். பிற சாதியினரையே நம்பி வாழ்ந்ததால் அவர்களுடைய தெய்வங்களான சைவத்திற்கும், வைணவத்திற்கும் மாறினர். இருப்பினும் மூதாதையர் வழிபாடே முதன்மையானதாக இன்றுவரையில் உள்ளது.

5

தேசத்துச் செட்டி- சலவாதி

செட்டி, சலவாதி என்பது ஒரு நிர்வாக அமைப்பு. இந்த நிர்வாக அமைப்பு தொடக்க காலத்தில் தாழ்த்தப்பட்ட சமுதாயத்திற்கும் மேல்குடி சமுதாயத்திற்கும் இடையில் ஏற்படுகின்ற சிக்கல்களைத் தீர்க்கின்ற ஒரு நீதித்துறை என்றும் கூறலாம். பறையர், வண்ணார், அருந்ததியர் போன்ற பிற கைவினைஞர்களுக்கும் மேல் சாதியினர் என்று கூறப்படுகின்ற மேல்தட்டு மக்களுக்கும் ஏற்படுகின்ற சிக்கல் களைத் தீர்த்து வைக்கின்ற அமைப்பு. கைவினைஞர்களாக உள்ள கீழ்த் தட்டு சமுதாயத்தைச் சார்ந்தவர்கள் வேளாண்மைத் தொழில் செய்யத் தேவையான முக்கியமான பொருள்களை உருவாக்கித் தருபவர்கள். உழுகுடிகளுக்குத் தேவையான கலப்பை, இரும்புக்கார், தண்ணீர் இறைக்கும் ஏற்றம், கவலையின் மூலம் தண்ணீர் இறைக்கப் பயன்படும் இரும்புச்சால், தோல் பை (மாடு, எருமை ஆகியவற்றின் தோலிலிருந்து செய்யப்படும் தோல்பை) போன்றவற்றை உருவாக்கித் தருபவர்கள். தச்சர், கொல்லர், அருந்ததியர் போன்றவர்களே இவை பழுதடையும் போது அவற்றைச் சீர்செய்து தருபவர்கள். ஆனால் பறையர், வண்ணார் போன்றவர்கள் அந்தச் சமுதாயத்திற்குத் தொண்டு செய்பவர்கள். துணிகளை வெளுப்பது, திருமணம், விழாக்கள், சாவு போன்றவற்றில் இசைக்கருவிகளை வாசிப்பது இவர்களுடைய பணிகள். பொதுவாக இவர்களுக்கு நில உடைமை இல்லை. உழுகின்ற மேல்குடிகளை நம்பியே வாழ்பவர்கள். இவர்களுடைய பணிகளுக்கு கூலியாக 'மேரை' என்ற பெயரில் தானியம் பெற்றுக் கொள்வார்கள்.

பொதுவாக கிராமிய அமைப்புகளில் உழுகுடிகளே அதிகம் இருக்கும். ஆனால் இவர்களுக்கு சேவை செய்யும் கைவினைஞர்களின் குடிகள் குறைவாகவே இருக்கும். உழுகுடிகளையே நம்பியிருந்த காரணத்தால்

அக்குடிகள் குறைவாகவே குடியமர்ந்தனர். இவர்களுக்குத் தரப் படுகின்ற 'மேரை' என்ற கூலி அல்லது வரி அவர்கள் செய்கின்ற தொண்டுக்காக கொடுக்கப்படும் தானம் என்றும் கூறலாம். விரும்பினால் தருவார்கள் இல்லையென்றால் தர மறுப்பார்கள். நிலத்தில் விளைகின்ற நெல், கம்பு, சோளம், ராகி, சாமை போன்ற தானியங்களும் காய்கனிகள் போன்றவற்றையும் தருவார்கள். விஜயநகர மன்னர்களின் காலத்திய கல்வெட்டுக்களில் 'மேரை' என்ற சொல் காணப்படுகின்றது. இதற்குமுன் இச்சொல் இருந்ததற்கான தடயங்கள் கிடைக்கவில்லை என்று கூறலாம். ஆனால் தமிழகத்தின் தெற்கு பகுதியில் இச்சொல் சோழர்களின் காலத்திலிருந்து காணப் படுகின்றது.

வேளாண்மை செய்கின்ற குடிகளும், வேளாண்மைத் தொழிலுக்குத் தேவையான சிறுதொழில்கள் செய்கின்ற கைவினைஞர்களும் நாட்டின் பொருளாதார வளர்ச்சிக்கு முக்கியமான பங்குவகிப்பவர்கள். இந்த இருபிரிவினருக்கிடையில் சிக்கல்கள் ஏற்பட்டால் வேளாண்மை பாதிக்கும். இதனால் நாட்டின் பொருளாதார நிலை பாதிக்கும் என்று எண்ணிய விஜயநகர மன்னர்களின் காலத்தில் இவர்களுக்கென்று ஒரு நிர்வாக அமைப்பை உருவாக்கினார்கள். செட்டி, சலவாதி என்ற நிர்வாக அமைப்பிற்கு முழுமையான அதிகாரமும், அன்னக் கரண்டியைப் போன்ற மணிமுத்திரையும் வழங்கப்பட்டன. இந்த அதிகாரம் வழங்கியதற்கான ஓலைச்சுவடி ஒன்றும் இருந்ததாகக் கூறப்படுகின்றது. ஆனால் தற்போது அது கிடைக்கவில்லை. செட்டி என்பதும் சலவாதி என்பதும் பட்டப்பெயர்கள். இந்த அமைப்பில் செட்டி தலைவர் அல்லது நீதிபதியாகவும், சலவாதி அதை நடைமுறைப்படுத்துபவராவும் இருந்தனர். இச்செயலுக்காக தனியாக மானியமும் வழங்கப்பட்டது. இந்த மானியம் 'செட்டி, சலவாதி மானியம்' என்ற பெயரில் இன்றும் பல இடங்களில் காணப் படுகின்றது.

தேசத்துச் செட்டி

தேசத்துச் செட்டி என்று இவரை அழைப்பது வழக்கம். தேசம் என்பதற்கு ஒரு பகுதி என்று பொருள் கொள்ளலாம். அதாவது ஒரு செட்டியின் கட்டுப்பாட்டில் 58 கிராமங்கள் இருந்தன என்றும், அப்பகுதியில் நடைபெறுகின்ற நல்லவை, கெட்டவைகளுக்கு இவரே தலைவராக இருப்பார் என்றும் கூறுகின்றனர். தற்போதுள்ள செட்டி

அமைப்பு முறையைப் பார்க்கும் போது கிருஷ்ணகிரி மாவட்டத்தில் இண்டு செட்டியும், இரண்டு சலவாதியும் உள்ளனர். ஒருவர் மகாராஜாக்கடையிலும் மற்றொருவர் ஜகதேவியிலும் உள்ளனர். இதைப்போன்று சலவாதியும் ஜகதேவியில் ஒருவரும், வள்ளுவர் புரத்தில் ஒருவரும் உள்ளனர். இதைப்போன்று கர்நாடக மாநிலத்தில் (கே.ஜி.எப்பில்) கோலார் தங்க வயலில் ஒரு செட்டியும், குப்பத்திற்கு அருகில் ஒரு செட்டியும் உள்ளனர். இவர்களுக்கு வழங்கப்பட்ட நிலமானியம் இன்றுவரையில் உள்ளது என்பதற்கு ஆதாரங்கள் காணப்படுகின்றன. எனவே இதைக் கொண்டு பார்க்கும் போது ஒரு செட்டியின் கட்டுப்பாட்டிலுள்ள பகுதி அவருடைய நிர்வாக அமைப்பிற்குரிய பகுதி என்பதால் அந்தப் பகுதிக்கு ஒரு தேசம் என்று பெயர் வந்திருக்கலாம். இந்த சேத்தில் 58 கிராமங்கள் இருந்தன என்றும் இன்றுவரையில் கூறப்படுகின்றது. 58 என்ற எண்ணிக்கை யுடைய கிராமங்கள் கூடக்குறைய இருந்தாலும் அது ஒரு புனிதமான எண். வியாபாரிகள், கைவினைஞர்கள் போன்றவர்களும் அவர்களுக்குள் ஒரு நிர்வாக அமைப்பை வைத்திருந்தனர். அதை ஐநூற்றுவர், பதினெண் விசயத்தார், திசை ஆயிரத்து ஐநூற்றுவர் போன்ற பெயர்களில் வைத்திருந்தனர். 500வர், 1500வர், 18 விசயத்தார் போன்ற எண்ணிக்கை புனிதமானதாகக் கருதப்படுகின்றன. அதைப் போன்று இதையும் புனிதமான எண்ணாகக் கொண்டால் செட்டியின் கட்டுப்பாட்டிலுள்ள பகுதிக்கு தேசம் என்ற பெயர் வந்திருக்க வாய்ப்புகள் உள்ளன. குறிப்பிட்ட தேசத்தின் அல்லது பகுதியின் நிர்வாக அமைப்பு செட்டியின் கையில் உள்ளதால் இவருக்கு தேசத்துச் செட்டி என்று பெயர் வந்திருக்கலாம்.

செட்டி என்ற பட்டம் பெரும்பாலும் லிங்காயத்துப் பிரிவினருக்கு வழங்கப்பட்டுள்ளது. கர்நாடகப் பகுதியிலிருந்த லிங்காயத்துப் பிரிவினருக்கு இப்பதவி எவ்வாறு வழங்கப்பட்டது என்பதற்குப் போதுமான சான்றுகள் கிடைக்கவில்லை. இருப்பினும் லிங்காயத்துப் பிரிவினர் சாதி, மத பேதமற்றவர்கள். முறைப்படி லிங்கத்தால் ஆன பூணூலை அணிகின்றவர்கள் யாராக இருந்தாலும் அவர்கள் அனைவரும் ஒரே பிரிவைச் சார்ந்தவர்கள் என்பது லிங்காயத்துப் பிரிவின் கொள்கை. லிங்காயத்துப் பிரிவு என்பது சமுதாயத்தில் உயர்ந்தவர், தாழ்ந்தவர் என்ற பாகுபாடு இருக்கக் கூடாது என்ற சமத்துவத்தை அடிப்படையாகக் கொண்டு உருவாக்கப்பட்டது. அதாவது மதம், சாதி பாராதவர்கள் என்பதால் கீழ்த்தட்டு மக்களுக்கும் மேல்தட்டு மக்களுக்கும் இடையில் பாகுபாடு பார்க்காமல் நிர்வாகம்

மற்றும் நீதி செய்வார்கள் என்ற நோக்கத்தின் அடிப்படையில் தேசச் செட்டியாக நியமித்திருக்கலாம்.

சலவாதி

சலவாதி என்ற பட்டம் தமிழ்ப் பேசும் பறையருக்கு அதாவது கட்டிப் பறையருக்கு வழங்கப்பட்டுள்ளது என்பது முன்னர் கூறப் பட்டது. இவர் செட்டி சொல்லும் வேலையைச் செய்பவர். நாடு கூடும் போதும், விழாக்கள் நடக்கும் போதும், கூட்டம் கூடும் போதும் எங்கு நடக்கின்றது என்பதையும், எந்த நேரத்தில் நடக்கின்றது என்பதையும் ஊரிலுள்ளவர்களுக்கும், வெளி ஊர்களில் உள்ளவர் களுக்கும் தண்டோரா முலம் தெரிவிப்பவர். நாடு கூடும்போது மணிமுத்திரைக்குத் தேவையான சடங்குகளைச் செய்பவர். மணிமுத்திரையைத் தன்னுடைய பொறுப்பில் வைத்திருப்பவர். இப்பணிக்காக இவருக்கு 'மேரை'எனப்படும் வரி அல்லது வருவாய் கொடுக்கப்படுகின்றது. இவருடைய கட்டுப்பாட்டிலுள்ள எல்லா ஊர்களுக்கும் சென்று மேரையை வாங்கிவருவார். இந்தப் பதவியும் வழிவழியாக வருகின்ற பதவியாகும்.

அதைப் போன்று செட்டியின் பதவியும் வழிவழியாக வருகின்ற பதவி. செட்டிக்கு நிலதானம் வழங்கப்பட்டுள்ளது. இந்த தானம் 'செட்டி மான்யம்' என்று அழைக்கப்படுகின்றது. இன்று வரையில் இவர் களுடைய மான்யம் பல இடங்களில் உள்ளது. இந்தப் பகுதியை 'செட்டி குட்டை என்றும் செட்டித் தோட்டம்' என்றும் அழைக்கின்றனர்.

மேரை

மேரை என்ற சொல் தமிழகத்தில் சில மாவட்டங்களில் மட்டும் இன்று வரையில் வழக்கிலுள்ளது. வடதமிழகத்தில் விஜயநகர மன்னர்களின் காலத்தில் வழக்கில் இருந்ததற்கானச் சான்றுகள் கல்வெட்டுகளில் காணப்படுகின்றன. மேரை என்பதற்குச் சென்னைப் பல்கலைக்கழகச் சொல் அகராதியில் சன்மானம், பரிசு, கூலி, தானம் போன்று பல வகையான விளக்கங்கள் கொடுக்கப்பட்டுள்ளன. மேரை என்பது பொதுவாகக் கீழ்த்தட்டு மக்களுக்குக் கொடுக்கப்படுகின்ற ஒரு வகையான கூலி என்று கூறலாம். ஒவ்வொரு போகமும் அல்லது அறுவடை முடியும் போதும் இதைக் கொடுப்பார்கள். அதாவது விளைகின்ற தானியங்களான ராகி, கம்பு, சோளம் போன்றவற்றில் ஒரு குறிப்பிட்ட அளவு கொடுப்பார்கள். பெரும்பாலும் ஆண்டிற்கு

ஒருமுறை கொடுக்கின்ற வழக்கம் உள்ளது. இதை நிலக்கிழார்கள் போன்று நிலம் வைத்திருக்கும் உயர்சாதியினர், அவர்களையே நம்பி இருக்கும் கீழ்த்தட்டு மக்களுக்குக் கொடுக்கும் கூலி. கீழ்த்தட்டு மக்கள் அவர்களையே நம்பி வாழ்கின்ற இனம். மேரை என்ற இந்தக் கூலி வண்ணார், பறையர், நாவிதர், கொல்லர், அருந்ததியர் போன்றவர்களுக்கும் கொடுக்கப்படுகின்றது.

இதுவும் நிலதானம் போன்ற ஒரு வகையான தானம் என்றும் கூறலாம். அரசனின் நல்வாழ்க்கைக்காகப் பாடுபடுவதாகக் கூறும் பிராமணர்களுக்குக் கொடுக்கப்படும் நிலதானத்திற்கு பிரம்ம தேயம் (பிராமணர்களுக்குக் கொக்கப்படுவதால் பிரம்மதேயம்) என்று பெயரிடப்பட்டது. இதைப் போன்று கோயில்களின் பணிகளுக்காகக் கொடுக்கப்படும் தானங்களுக்குக் கோயில் மானியம் (தெய்வங் களுக்காகத் தருகின்ற காரணத்தால் தேவதானம் எனப் பட்டது) என்றும் பெயரிடப்பட்டது. இதைப் போன்று நிலம் தானமாக வழங்கப் பட்டதால் நிலமானிய முறை வளர்ந்தது. நிலம் உடையவர்கள் உயர்ந்தவர்களாகக் கருதப்பட்டனர். அதைப் போன்ற நிலதானம் கீழ்த்தட்டு மக்களுக்குக் கொடுக்கப்படவில்லை. உயர்ந்தவர்களின் நலனைக் காக்க வாழ்கின்ற கீழ்த்தட்டு மக்களுக்கு நிலதானம் மறுக்கப்பட்டது. அதற்கு மாற்றாக நிலத்தில் விளையும் தானியத்தில் குறைந்த அளவு அல்லது சேர், மரக்கா அளவு தானியம் மேரையாகக் கொடுக்கப்பட்டது. இவர்களுக்கும் நிலம் தானமாகக் கொடுத்தால் இவர்களும் நில உடைமையாளராக மாறிவிடுவார்கள் என்பதையும், நிலஉடைமையாளராக மாறிவிட்டால் உயர் சாதியினருக்குச் சேவை செய்ய மறுத்துவிடுவார்கள் என்பதையும் கருத்தில்கொண்ட காரணத்தால் நிலதானம் வழங்குவதற்கு மாற்றாக மேரை என்ற முறையைக் கொண்டு வந்துள்ளனர். இவ்வாறு செய்ததால் கீழ்த்தட்டு மக்கள் அவர்களுக்குக் கட்டுப்பட்டவர்களாகவும், சேவை செய்பவர்களாகவும் மாற்றப்பட்டனர். இதனால் இவர்களுக்கு மேரை என்ற ஒன்றைத் தவிர வேறு வருமானம் இல்லாதவர்களாகவும், மேல் தட்டு மக்களையே நம்பி இருப்பவர்களாகவும் மாற்றப்பட்டனர். பொருளாதார நிலையில் கீழ்த்தட்டு மக்களாகவே வாழவேண்டும் என்று திட்டமிட்டு இச்செயல் செய்யப்பட்டுள்ளது.

மணிமுத்திரை

செட்டிக்கும் சலவாதிக்கும் மணிமுத்திரை ஒன்று வழங்கப்

பட்டுள்ளது. இம்முத்திரை அரசனால் வழங்கப்பட்டது என்பதற்கு ஓலைச்சுவடியும், நிலமானியமும் சான்றுகளாக உள்ளன. மணி என்பது சாதாரண மணியினுடைய அமைப்பிலும், முத்திரை என்பது அன்னக்கரண்டியைப் போன்ற அமைப்பிலும் வடிவமைக்கப் பட்டுள்ளன. இவை இரண்டும் வெண்கலத்தால் செய்யப்பட்டு வெண்கலச் சங்கிலியால் இணைக்கப்பட்டுள்ளன. அன்னக் கரண்டியின் அமைப்புடைய முத்திரையின் கைப்பிடி சற்று அகலமாகக் காணப்படுகின்றது. அதன் மேல் பலவகையான தெய்வங்களின் உருவங்கள் வடிவமைக்கப்பட்டுள்ளன. ஐந்துதலை நாகம், சிவலிங்கம், பலிபீடம், விநாயகர், நந்தி போன்ற உருவங்களின் வடிவங்கள் காணப்படுகின்றன. கோயிலிலுள்ள கடவுளைப் போன்று இதையும் கடவுளாகவே நம்புகின்றனர். இந்த மணிமுத்திரையை கோயில்களில் வைத்திருக்கின்றனர். குளிக்காமல் அதைத் தொடுவ தில்லை. விழாக்காலங்களில் மட்டும் பூசை நடத்தப்படுகின்றது. இது சலவாதியின் கட்டுப்பாட்டில் இருக்கும். செட்டியின் அனுமதி பெற்றபின்பு விழாக் காலங்களிலும், நாடுகூடும்போதும் வெளியில் கொண்டுவருவார்கள். ஜெகதேவியிலுள்ள மணிமுத்திரை அந்த ஊரில் நடைபெறுகின்ற எல்லா நல்ல காரியங்களிலும் முதல் இடம் பிடித்திருக்கின்றது. திருமணம், மாட்டுப் பொங்கல், கோயில் விழாக்கள் போன்ற நாட்களில் முதலில் மணிமுத்திரைக்கு பூசை செய்துவிட்ட பின்புதான் மற்ற எல்லாச் செயல்களையும் செய்வார்கள். ஊர்ப்பண்டிகை போன்ற பெரிய விழாக்களில் மணிமுத்திரைக்குத் தான் முதல்மரியாதை என்பது குறிப்பிடத்தக்கது. ஜெகதேவியில் மணிமுத்திரைக்கு பூசை செய்த பின்னர் பொங்கல் கொண்டாடுகின்ற வழக்கம் இன்று வரையில் உள்ளது.

நாடுகூடும் போது செய்யும் நடைமுறைகள்

திருவிழாக்கள் எவ்வாறு நடத்துவது என்று முடிவுசெய்வதற் காகவும், தீராத வழக்குகளை விசாரித்துத் தீர்ப்பு கூறுவதற்காவும், திருடுபோன பொருள்களை எவ்வாறு கண்டுபிடிப்பது போன்ற செயல்களின் போதும் நாடு கூட்டுவார்கள். கிராம நிர்வாக அமைப்பில் நாடு என்ற அமைப்பு எவ்வாறு செயல்படுகின்றது என்பது குறிப்பிடத்தக்கது. நாடு என்பது ஒரு நாட்டைக் குறிக்கின்ற சொல். ஆனால் நாடு கூடுவது என்பதற்கு நாட்டிலுள்ள முக்கிய பொறுப்பி லுள்ளவர்கள் கூடுவது என்பது பொருள். நாடுகூடும் போது பொதுவாக 5 ஊர்கள் அல்லது 7 ஊர்கள் அல்லது 12 ஊர்கள் ஒன்றாகக்

செட்டியின் மணியும் முத்திரையும்

கூடும். இந்த ஊர்களில் உள்ள முக்கிய பிரமுகர்களான ஊர் கவுண்டர்கள், மணியகாரர்கள், எஜமானர்கள், ஊர்ப்பொது மக்கள் ஆகியோர் ஒன்றாகக் கூடுவார்கள். நாடுகூடுவதென்பது ஒரு விழாவைப் போன்று நடைபெறும். நாடுகூடுவதை முதலில் முடிவு செய்வதும், எங்கு கூடுவது, எப்பொழுது கூடுவது போன்றவற்றையும் செட்டி முடிவு செய்வார். அந்த முடிவை சலவாதி மூலம் எங்கு கூடுகின்றதோ அப்பகுதியிலுள்ள ஊர்மக்களுக்கும், முக்கிய பொறுப்பில் உள்ளவர்களுக்கும் தெரிவிப்பார். எல்லோரும் கூடிய பின்னர், ஊரிலுள்ள முக்கிய பிரமுகர்கள் வந்துவிட்டனர் என்பதை உறுதி செய்துகொண்டு செட்டி சில சடங்குகளைச் செய்யுமாறு சலவாதிக்குக் கூறுவார். அதைப்போன்று சலவாதியிடம் உள்ள மணிமுத்திரையை நாடுகூடிய இடத்தில் வைத்துக் கீழ்க்காணும் சடங்குகள் செய்யப்படும்.

நாடு கூடும் இடம் பெரும்பாலும் கோயில் அல்லது மண்டு போன்ற கோயில் தொடர்புடைய இடங்களாகவே இருக்கும். நாடு கூடிய பின்னர் சலவாதி ஏழு நீண்ட கோடுகளைப் போடுவார். இவற்றில் 5 கோடுகள் தர்மத்திற்காக வாழ்ந்த பஞ்சபாண்டவர்களின் நினைவாகவும், தர்மபுத்திரர்களைப் பெற்றெடுத்தத் தாயான குந்தியின்

நினைவாக ஒரு கோடும், இவர்கள் அனைவரையும் காத்து ரட்சித்த விஷ்ணுவின் நினைவாக ஒரு கோடும் ஆகமொத்தம் 7 கோடுகள் போடப்படும். இவர்களைச் சாட்சியாக வைத்து இந்த நாட்டின் நடவடிக்கைகள் நடைபெறுகின்றன என்பதைக் காட்டுவதற்காக இவை போடப்படுகின்றன. நாடுகூடும் போது இரண்டு செப்புக் கலசங்கள், கும்பம் போன்றன தயாரிக்கப்பட்டு, வெண்கலத் தட்டில் 3 சேர் அரிசி, 5 தேங்காய், வெற்றிலை பாக்கு, குங்குமம், ஊதுவத்தி, கற்பூரம், பட்டு வேட்டி, துண்டு இரண்டு போன்றவற்றை சபையின் முன்வைப்பார்கள். சலவாதி வெண்கலக் கலசத்திற்கும், மணி முத்திரைக்கும் பூசை செய்வார். இவை நடந்து முடிந்த பின்பு மணி முத்திரையையும், கலசத்தையும் சாட்சியாக வைத்து திருவிழா, ஊரில் நடைபெறும் நல்லது கெட்டது போன்ற செயல்கள் பற்றிப் பேசத் தொடங்குவார்கள்.

தவறு செய்தவர்கள், திருடியவர்கள் என சந்தேகப்படுபவர்கள் அச்செயலைச் செய்யவில்லை என்று கூறுவதற்கு முன் மணி முத்திரையை மூன்று முறை சுற்றி வந்து கற்பூரம் கொளுத்திய பின்பு மணிமுத்திரையை எடுத்து தான் அத்தவறைச் செய்யவில்லை என்று கூறவேண்டும். தவறு செய்தவர் அவ்வாறு செய்தால் அவருடைய குடும்பம் நல்ல நிலையில் இருக்காது என்று எண்ணி தவறை ஒப்புக்கொள்வார்கள்.

தீராத பிரச்சினைகள், வழக்குகள் போன்ற விவரங்களைப் பற்றி பேசும் போதும் சற்று வேறுபட்ட நடைமுறைகள் பின்பற்றப் படுகின்றன. வாதி, பிரதிவாதி ஆகிய இருவரையும் அழைத்து உங்களுடைய பிரச்சினையைத் தீர்த்து வைக்கின்றோம் என்றும் அதற்கு நீங்கள் சம்மதிக்க வேண்டும் என்றும் அவ்வாறு சம்மதிப்ப தாக இருந்தால் இரண்டு தரப்பிலிருந்தும் தலா ரூபாய் 200 முறிப்பணம் (முன்பணம்) கட்டவேண்டும் என்றும் கூறுவார்கள். ஒப்புக்கொண்ட பின்னர் அவர்களுடைய பிரச்சினைகள் விவாதிக்கப்படும். தவறு செய்தவர் யாராக இருந்தாலும் அவருக்குத் தண்டனை வழங்கப்படும். தண்டனையாக குறிப்பிட்ட அளவு பணத்தொகை அபராதமாகப் பெற்றுக்கொள்வார்கள். இறுதியில் முன்பணத் தொகை, அபராதத் தொகை ஆகியன மூன்று பங்காகப் பிரிக்கப்படும். ஒரு பங்கு செட்டி, சலவாதிக்கும், இரண்டாவது பங்கு அங்கு கூடியிருக்கும் முக்கிய பிரமுகர்களுக்கும், மூன்றாவது பங்கு எத்தனை ஊரைச் சார்ந்தவர்கள் கலந்துகொண்டார்களோ அத்தனை பிரிவாகப் பிரிக்கப்படும்.

முரசுப் பறையர், தமிழ் பேசும் கட்டிப் பறையர் போன்ற தாழ்த்தப்பட்ட சமுதாயத்தின் நிர்வாகத்தையும், சமுதாயத்தில் ஏற்படுகின்ற தவறான நடவடிக்கைகளையும் சரி செய்து, சமுதாயத்தின் பழக்க வழக்கங்களை நடைமுறைப்படுத்தும் அமைப்பாக இது செயல்பட்டது. சாதிவிட்டு வேறு சாதியில் மணம் செய்தல், தவறான உறவுமுறையில் மணம் செய்தல், தவறான செயல்களில் ஈடுபடுதல் போன்ற குற்றங்கள் செய்தவர்களை விசாரித்து, தண்டனை வழங்கி சமுதாயத்தின் ஒழுக்கத்தைப் பாதுகாப்பதில் முதன்மையானது இந்த அமைப்பு. ஊரிலுள்ள எஜமானன், மணியகாரன் ஆகியோரால் செய்ய முடியாத செயல்களை இவர்கள் நடைமுறைப்படுத்துவார்கள். செட்டியும் சலவாதியும் தற்போதைய உயர்நீதிமன்றத்தைப் போன்றவர்கள். எஜமானன், மணியகாரன் ஆகியோர் தற்போதைய மாவட்ட நீதிமன்றத்தைப் போன்றவர்கள். ஊர்க் கூட்டத்தில் முடிவு செய்ய முடியாத சிக்கல்கள், உரிமை பற்றிய வாதங்கள் போன்றன நாடு கூடித் தீர்த்துக்கொள்வார்கள். இது அக்காலத்தில் இருந்த சமுதாய வழக்கம்.

நாடு கூடுதல்

சமுதாயத்தில் ஏற்படுகின்ற ஒழுக்கமற்றச் செயல்களான சகோதர முறையில் உள்ளவர்களை மணமுடிப்பது, ஒருவரைச் செருப்பால் அடிப்பது, வேறு சாதியில் பெண் எடுப்பது, திருடுவது போன்றவற்றை ஒழுங்குபடுத்துவதற்காக நாடு என்ற அமைப்பு கூட்டப்படுகின்றது. நாடு என்பது ஐந்து ஊர் நாடு, ஏழு ஊர் நாடு, ஒன்பது ஊர் நாடு, பன்னிரண்டு ஊர் நாடு என்று ஊர்களின் தொகைகளைக் கொண்டு அப்பெயர் வைக்கப்பட்டுள்ளது. ஒரு நாட்டின் உட்பிரிவாக எத்தனை ஊர்கள் உள்ளனவோ அத்தனை ஊர்களில் உள்ள முக்கிய பிரமுகர்கள் ஒன்றாகக் கூடி முடிவு எடுப்பதற்கு 'நாடுகூடுதல்' என்று பெயர். இதைப் போன்ற பல நாடுகள் ஒன்றாக இணைந்த அமைப்புக்கு ஒரு தேசம் என்று பெயரிடப்பட்டுள்ளது. தேசம் என்ற அமைப்பினுடைய தலைவருக்குத் 'தேசத்துச் செட்டி' என்று பெயர் வைக்கப்பட்டுள்ளது. பல நாடுகள் ஒன்றாக இணைந்த பகுதிக்கு தேசம் என்று பெயர் வைக்கப்பட்டுள்ளதால் இவருக்கு தேசத்துச் செட்டி என்று பெயர் வந்துள்ளது. தலைவராக இருக்கும் செட்டியின் செயல்களை நடைமுறைப்படுத்துபவருக்குச் 'சலவாதி' என்று பெயர். நாடு கூடும் போது அந்த நாட்டின் உட்பகுதியாக எத்தனை ஊர்கள் உள்ளனவோ அத்தனை ஊர்களில் உள்ள எஜமானர்கள், மணியகாரர்கள்,

ஊர்ப் பிரமுகர்கள் அனைவருக்கும் ஓலையின் மூலம் சலவாதி விவரம் தெரிவிப்பார். நாடுகூடும் இடம், நேரம் ஆகியனவும் தெரிவிக்கப்படும்.

சுமார் 25 ஆண்டுகளுக்கு முன் பில்லனகுப்பத்தில் நடைபெற்ற ஒரு தகாத செயலுக்காக நாடு கூட்டப்பட்டது. இக்கூட்டத்தில் பங்கு கொண்டவர் இத்தகவலைத் தெரிவித்தார். பில்லனகுப்பத்தில் பெரியப்பா மகளை சித்தப்பா மகன் அழைத்துச் சென்ற சம்பவத் திற்காக நாடு கூட்டப்பட்டது. சகோதர முறையில் உள்ளவரை மணம்முடிப்பது தவறான செயல் என்பதால் இந்த நாடு கூட்டப் பட்டது. இந்த நாட்டில் செட்டி, சலவாதி உட்பட ஏழு ஊர் எஜமானர்கள், மணியகாரர்கள், குந்தாராப்பள்ளி, பில்லனகுப்பம் எஜமானர்கள், மணியகாரர்கள், ஊர்ப் பொதுமக்கள் போன்றவர்கள் பலர் கலந்துகொண்டனர்.

இக்கூட்டத்தில் செட்டி தலைவராக இருந்தார். சலவாதி இந்த நாட்டைக் கூட்டினார். இந்தக் கூட்டத்தில் சலவாதி மணிமுத்திரை யுடன் வந்து கோயிலின் முன் வைத்து அதற்கு செய்யவேண்டிய பூசை களைச் செய்தார். முத்திரை என்பது வெண்கலத்தால் ஆன அன்னக் கரண்டியைப் போன்றது. மணியும் வெண்கலத்தால் ஆனது. இவை இரண்டையும் இணைக்க வெண்கலத்தால் சங்கிலி ஒன்று செய்து பொருத்தப்பட்டுள்ளது. இந்த மணிமுத்திரையைச் சாட்சியாகக் கொண்டு சபையின் நடவடிக்கைகள் இருக்கும். இன்றும் நீதிமன்றங் களில் இந்துக்களிடம் பகவத்கீதையையும், முஸ்லிம்களிடம் குர்ஆனையும், கிருத்தவர்களிடம் பைபிளையும் வைத்து சத்திய பிரமாணம் வாங்குகின்றனர். இம்முறையும் இதிலிருந்து வந்தது என்பது தெளிவாகின்றது.

வாதியும் பிரதிவாதியும் அழைத்து விசாரிக்கப்பட்டனர். வாதி ஒப்புக்கொண்டார். பிரதிவாதி ஒப்புக்கொள்ளவில்லை. தவறு செய்யவில்லை என்று மறுத்தார். அதற்குச் செட்டி தவறு செய்யவில்லை யென்றால் சபையில் வைத்திருக்கும் மணிமுத்திரையையும் ஏழு கோடுகளையும் மூன்றுமுறை சுற்றிவந்து மணிமுத்திரையை கையில் எடுத்து நான் தவறு செய்யவில்லை என்று கூறிவிட்டு சென்று விடலாம் என்று கூறினார். கற்பூரத்தைக் கொளுத்துமாறு செட்டி சலவாதியிடம் கூறினார். கற்பூரம் எரியும் போது முத்திரையை எடுப்பது என்பது நெருப்பின் மீதும், முத்திரையின் மீதும் சத்தியம் செய்து நான் அத்தவறை செய்யவில்லை என்று கூறுவதாகப் பொருள்.

பொய்யான வாக்குமூலம் கொடுத்தால் நீயும் உன்னுடைய சந்ததியும் அழிந்துவிடும் என்றும் கூறினார். இதனால் நாடு கூடியபின்னர் பொய் கூறமாட்டார்கள் என்பது நம்பிக்கை. இவற்றை எல்லாம் எண்ணி அஞ்சி தவறை ஒப்புக்கொண்டார். இது ஒரு வகையில் சமுதாயத்தில் உள்ளவர்களைத் தவறு செய்யாமல் இருக்கவும் சமுதாயத்தை ஒழுங்குபடுத்தவும் அக்காலத்தில் பின்பற்றப்பட்ட நடைமுறை.

நாக்கைச் சுடும் தண்டனை

சகோதர முறையில் உள்ளவரை மணம் முடிப்பது என்பது காட்டு மிருகங்களைப் போன்ற செயல். ஒரே ரத்த உறவு கொண்டவர்களுடன் மணம் முடிப்பது தடுக்கப்பட்டது. அக்கால சமுதாய நடைமுறை களைச் சீர்குலைக்கும் செயல்களுக்குக் கடுமையான தண்டனை வழங்கப்பட்டது. தவறை ஒப்புக்கொண்டவருக்குத் தண்டனையாக அபராதம் ருபாய் 500 விதிக்கப்பட்டது. அத்துடன் தவறு செய்தவரின் நாக்கைச் சுட்டு பரிகாரம் செய்யப்பட்டது. நாக்கு என்பது உடலிலுள்ள அங்கங்களில் மிகவும் மென்மையானது. அதைச் சுடுகின்ற வழக்கம் மற்ற எல்லா தண்டனைகளை விடவும் கொடுமையானது. நாக்கைச் சுடுவதற்கென்று ஒரு வழக்கம் உள்ளது. நாக்கைச் சுடுவதற்கு சிறிய கம்பியைப் போன்ற ஊசி ஒன்று வெண்கலம் அல்லது வெள்ளியால் செய்யப்பட்டுள்ளது.

காமாச்சியம்மன் விளக்கில் நல்லெண்ணெய்யை ஊற்றி, அந்த நல்லெண்ணெய்யில் எரியும் விளக்கில் ஊசியைக் காட்டி சூடாக்கி மூன்று முறை நாக்கின் மேல் வைத்து எடுப்பார்கள். நாக்கு சுட்டுவிடும். நாக்கிலுள்ள புண் ஆறும் வரையில் அவரால் பேச முடியாது. உணவு சாப்பிட முடியாது. இதைப் போன்று கடுமையாக தண்டனை வழங்கப்பட்டதால் சமுதாயத்தில் ஒழுக்கங்கள் பல ஆயிரம் ஆண்டுகள் ஆனாலும் நிலைத்து நிற்கின்றன என்று நம்பினர்.

பில்லனகுப்பத்தைச் சார்ந்தவருக்கு நாக்கைச் சுட்டு மீண்டும் தங்களுடைய இனத்தில் சேர்த்துக் கொண்டனர். இவ்வாறு செய்வதால் அவர் மறுபிறவி எடுத்ததாகப் பொருள் என்று கூறுகின்றனர். இறுதியில் அபராதமும் விதிக்கப்பட்டது. விதிக்கப்பட்ட அபராதத்தை முறைப்படி பிரிப்பார்கள். அதாவது மூன்று பங்காகப் பிரித்து ஒரு பங்கு செட்டிக்கும் சலவாதிக்கும் கொடுப்பார்கள். ஒரு பங்கு ஏழு ஊர் மணியகாரர்களுக்கும், மூன்றாவது பங்கு கூட்டத்தில் கலந்து கொண்டவர்களுக்கும் பிரித்துக் கொடுப்பார்கள். கோயில் போன்ற

பொது காரியங்கள் செய்ய வேண்டி இருந்தால் அதற்கும் ஒரு பங்கு எடுத்துவைப்பார்கள். இம்முறையே இங்கும் பின்பற்றப்பட்டது.

நாக்கைச் சுடுகின்ற தண்டனையைச் சில நேரங்களில் குருவைய்யரும் செய்வார். ஊரில் நடக்கின்ற தவறுகளை எஜமானனும் மணியகாரனும் சரிசெய்வார்கள். அவர்களுடைய வார்த்தைக்குச் செவிசாய்க்கவில்லையென்றால் குருவைய்யர் வரவழைக்கப்பட்டு ஊர்ச் சபையில் விவாதிக்கப்படும். ஊர்க்கூட்டம் பெரும்பாலும் கோயில்கள் அல்லது ஊரின் மையப் பகுதியான மண்டு போன்ற இடங்களில் கூடும். குருவைய்யர் சற்று உயரமான இடத்தில் அமர்ந்திருப்பார். அந்த ஊரைச் சார்ந்த எஜமானன், மணியகாரன், ஊரிலுள்ள பொதுமக்கள் அனைவரும் கூடியிருப்பார்கள். இங்கு குருவைய்யர் தலைவராக இருப்பார். குருவைய்யர் முன் கொண்டு வரப்பட்ட வழக்கை விசாரித்துத் தீர்ப்பு கூறும் அதிகாரம் குருவைய்யரிடம் விடப்படும். செய்த தவறு சிறியதாக இருந்தால் அபராதத் தொகையுடன் கூட்டம் முடிவடையும். அவ்வாறு இன்றி பெரிய தவறாக இருந்தால் தவறை ஒப்புக்கொண்டால் தண்டைனையாக அபராதத் தொகை ரூபாய் 200 உம், செய்த தவறுக்காக நாக்கைச் சுடும் தண்டனையும் கொடுக்கப்படும். முன்னர் கூறியது போல் காமாச்சியம்மன் விளக்கில் நல்லெண்ணெய்யை ஊற்றி, விளக்கில் ஊசி போன்ற கம்பியைக் காய்ச்சி மூன்று முறை நாக்கைச் சுடுவார்கள். அதைத் தொடர்ந்து குருவைய்யர் தீர்த்தம் கொடுத்து அவரைப் புதிய மனிதராக மாற்றிவிடுவார். இது ஒரு கடுமையான தண்டனை. இந்த தண்டனையைப் பார்த்தவர்கள் யாரும் இதைப் போன்ற தவறை செய்யமாட்டார்கள். இதனால் சமுதாயத்தின் கட்டமைப்பும் நடைமுறைகளும் பாதுகாக்கப்படும் என்பதும் நம்பிக்கை.

6

குலங்களும் திருமணமும்

ஆதி சமுதாயத்தில் மக்கள் மிருகங்களுடன் மிருகங்களாக வாழ்ந்தனர். அறிவு வளர்ச்சியின் காரணத்தால் மிருகங்களிடமிருந்து வேறுபட்டுக் காணப்பட்டனர். மனித சமுதாயத்திற்கென்று முறையான வாழ்க்கையை வாழ முற்பட்டனர். அக்கால மக்களின் முக்கியமான தேவைகளான உணவு, உறைவிடம், இனவிருத்தி ஆகியவற்றை முறைப்படுத்தினர். மழைக் காலங்களிலும் வெயில் காலங்களிலும் தேவையான உணவைச் சேமித்து வைத்துக்கொள்ளக் கற்றுக் கொண்டனர். குடும்ப வாழ்க்கைக்கு ஏற்றால் போன்று வீடுகளை அமைத்துக்கொண்டனர். இதைப் போன்று இனவிருத்திக்கும் ஒரு முறையான வழிமுறையை உருவாக்கினர். இச்சிந்தனையின் விளைவால் உருவாக்கப்பட்டதுதான் 'குலம்' என்ற அமைப்பு.

குலம்

குடி என்பது சமுதாயத்தின் அடிப்படைக் கூறு. குடி என்பது தாய், தந்தை, மகன், மகனுக்கு மகன் என்ற வம்சாவழிமுறையில் உருவானது. இது இரத்த உறவுமுறையை அடிப்படையாகக் கொண்டது. இதைப் போன்று பல குடிகள் ஒன்றாக இணைந்தது அக்கால சமுதாயம். நாகரிக வளர்ச்சியின் காரணத்தால் இரத்த உறவுமுறை உடையவர்களுடன் மணஉறவு கொள்வது மிருகங்களுக்குச் சமமானது என்பதை உணர்ந்தனர். மிருகங்களிடையில் இன விருத்தியின் போது உறவு முறை என்பது கிடையாது. மிருகங்களுக்கும் மனிதர்களுக்கும் வேறுபாடு இல்லாமல் போய்விடும் என்பதை உணர்ந்ததால் ஒரு குடியில் மணம் முடிப்பதை மிருகச் செயலாகக் கருதினர். எனவே இரத்த உறவு உடைய ஒரே குடியில் மணஉறவு கொள்ளக்கூடாது என்பதை உணர்ந்தனர். பலகுடிகள் வாழும் சமுதாயத்தில் அவர்களுடைய குடியை விடுத்துப் பிற குடிகளுடன் மணஉறவு

கொண்டனர். ஒரு குடியைச் சார்ந்தவர்கள் பிற குடிகளிடமிருந்து தங்களைப் பிரித்துக்காட்ட ஒரு வகையான அடையாளத்தை உருவாக்கினர். இதற்கு குலம் அல்லது குலமுறை என்று பெயரிடப் பட்டது. இது பின்னர் ஒருகொடி, கொத்து, கூம்பு, வம்சம், கூட்டம், கோத்திரம் போன்று பல பெயர்களில் அழைக்கப் பட்டது.

இதை ஆங்கிலத்தில் 'டோட்டம்' (Totem) என்று கூறுகின்றனர். உலகிலுள்ள பல பழங்குடிகளிடையில் இந்த டோட்டம் என்ற அமைப்பு முறை உள்ளது என்றும் இது எவ்வாறு உருவாயிற்று என்றும் பல வகையான கருதுகோள்கள் மானிடவியல் ஆய்வாளர் களால் முன்வைக்கப்பட்டுள்ளன. மானிடவியல் ஆய்வாளர்கள் இவைக் குலக்குறி என்றும், தெய்வத்தன்மை வாய்ந்தவை என்றும் இன்று வரையில் நடைமுறையில் இம்முறை உள்ளது என்றும் வெளியிட்டுள்ளனர். இவை ஒப்புக்கொள்ளக்கூடியவையாக இருந்த போதும் மணஉறவு கொள்ளும்போது இந்தியாவிலுள்ள எல்லா இனமக்களிடையிலும் அதிக அளவில் பின்பற்றப்படுவதால் குலங்கள் என்பது இனவிருத்தியின் போது ஏற்படுகின்ற சிக்கலைத் தடுப்பதற்காக உருவாக்கப்பட்டவை என்பதில் கருத்து வேறுபாடு இருக்க வாய்ப்பில்லை. குறும்பர் இனப் பழங்குடிமக்கள் இன்றுவரை மாமன் மச்சான் உறவு முறை தெரியாதவர்களுக்குப் பெண் கொடுப்ப தில்லை, பெண் எடுப்பதில்லை. (தி. சுப்பிரமணியன். 2015-65-70) இம்முறை முரசுப் பறையர் இன மக்களிடையிலும் காணப் படுகின்றது. இதில் சகோதரக் குலம் அல்லது பங்காளிக் குலம், மாமன் மச்சான் குலம் என்ற பாகுபாடு உண்டு. சகோதரக் குலம் என்பது இரத்த உறவை அடிப்படையாகக் கொண்டது. உதாரணமாக முரசுப் பறையர்களின் குலங்களான மாலகர், பாலகர் ஆகிய இந்த இரு குலங்களும் சகோதரக் குலங்கள். இக்குலங்களுக்குள் பெண் எடுப்பதில்லை, பெண் கொடுப்பதில்லை.

பழங்குடி மக்கள் தங்களுடைய வாழ்க்கைக்குப் பயன்படும் பழங்கள், செடிகள், மரங்கள், பூக்கள் போன்றவற்றையே குலக் குறிகளாக வைத்துக்கொண்டனர். காலப்போக்கில் இவற்றிலிருந்து வந்தவர்கள் என்றும், தங்களுடைய சமுதாயத்தின் முன்னேற்றத்திற்கு துணையாக இருந்தன என்றும், இக்குலக் குறியீடுகளுக்கு தெய்வீகத் தன்மை கொடுக்கப்பட்டன. பல பழங்குடி மக்கள் குலக்குறிகளைத் தங்களுடைய குலதெய்வங்களாகவே வழிபடுகின்றனர். கொங்கு நாட்டில் அதிக அளவில் கூட்டம், குலம் என்ற அமைப்பு இன்று

வரையில் நடைமுறையில் உள்ளது. உதாரணமாக காடை குலத்தைச் சார்ந்தவர்கள் அவர்களுடைய குலக்குறியான காடையை 'காடையீஸ்வரமுடையார்' என்று சிவனாக வழிபடுகின்றனர். ஆனால் பிராமணர்கள் இதைக் கோத்திரம் என்று கூறுகின்றனர். (கிருஷ்ண சாமி. 1982-12-13) புராணக் கதைகளை உருவாக்கியவர்கள் என்பதால் முனிவர்களின் வழிவந்தவர்கள் என்று உயர்த்திக் கூறிக் கொண்டனர். இவர்கள் குலங்கள் எவ்வாறு உருவாயிற்று என்பதைக் கூறும் போது புராணக் கதைகளை இணைத்துக்கொண்டனர். தெய்வத் தன்மை பெற்ற விசுவாமித்திரர், காசியாபர் போன்ற முனிவர்களின் வழிவந்தவர்கள் என்று உயர்த்தி கூறிக்கொண்டனர். பிற இனமக்கள் இவ்வாறு கூறிக்கொள்ள இயலாததால் இன்று வரை பழைய நிலையே நிலவுகின்றது.

முரசுப் பறையர் இன மக்கள் வாழுகின்ற கிராமங்களில் இன்றும் ஒரு குலத்தைச் சார்ந்தவர்கள் அதிகமாகவும் பிறகுலத்தைச் சார்ந்தவர்கள் குறைந்த அளவிலும் வாழ்கின்றனர். சகோதர குலம் அல்லது பங்காளிகள் குலத்தைச் சார்ந்தவர்கள் அதிகம் இருப்பார்கள். ஆனால் மாமன் மச்சான் குலத்தைச் சார்ந்தவர்கள் குறைவாகவே இருப்பார்கள். தமிழகத்திலுள்ள பல பழங்குடி மக்களிடையில் இத்தகைய சமுதாய அமைப்பு முறையே நிலவுகின்றது என்பது உண்மை. பறையர் இனத்தில் குலமுறை காணப்படுகின்றது. முரசு என்பது முரசுப் பறையர்களின் குலக்குறி. கிருஷ்ணகிரி, ஒசூர் பகுதியில் முரசைக் குலக்குறியாகக் கொண்டவர்கள் பலர் உள்ளனர் என்று மைசூர் கெசட்டியர் குறிப்பிடுகின்றது. முரசு ஒக்கிலியர் என்பவர்களுக்கும் முரசுக் குலக்குறி என்று குறிப்பிடுகின்றது. குறும்பர், கொல்லர், காடு கொல்லர், இருளர் போன்ற இனத்தைச் சார்ந்தவர் களுக்கும் குலமுறை உள்ளது என்று கெசட்டியர் குறிப்பிடுகின்றது.

தமிழ்ப்பேசும் பறையர் இனமக்களிடையில் குலங்களை வழிபடுகின்ற வழக்கம் காணப்படவில்லை. ஏனெனில் சுமார் 2000 ஆண்டுகளாக இவர்கள் மற்ற சமுதாயத்தினரை நம்பியே தங்களுடைய வாழ்க்கையை அமைத்துக்கொண்டதால், தங்களுடைய தனித் தன்மையை இழந்துவிட்டனர். பூர்வகுடிகளாக இருந்த இவர்களின் சமுதாய எண்ணிக்கை குறைந்த அளவில் இருந்தது. இப்பகுதியில் வந்து குடியேறிய பிற இனமக்களின் எண்ணிக்கை அதிகம் இருந்ததால் இவர்களுடைய தனித்தன்மையைப் பின்பற்ற இயலவில்லை என்று கூறலாம்.

முரசுப் பறையர்களின் குலங்களாக சுமார் 100க்கும் மேற்பட்டவை இருந்ததாகக் கூறப்படுகின்றது. அக்குலங்களைக் கூற வயதான முதியவர்கள் இல்லாததால் சில குலங்களின் பெயர்கள் மட்டும் கீழே கொடுக்கப்பட்டுள்ளன. குலம் பற்றிய விவரம் தெரியாமல் பெண் கொடுப்பதில்லை, பெண் எடுப்பதில்லை.

1. மாலகர்	2. பாலகர்	3. ஆனையூரு
4. நாகலதவரு	5. பேளகிண்டிகரு	6. செலலியாரு
7. பீதிகரு	8. கருரான்	9. பொம்மதாசரு
10. கடம்பரு	11. பக்தரு	12. ராய
13. உடையாரு	14. வெப்பிலியாரு	15. தாமரைக்குளம்
16. கோவியாரு	17. வள்ளுவரு	18. புளியாரு
19. தட்டாபுயரு	20. நெரிலியரு	21. பூமுனையரு
22. திளையரு	23. பகத்தரு	24. காவலரு
25. மண்குலகிண்டிகரு	26. சம்பாளிகை	27. மாதேஸ்வரு
28. சானிகண்டிகரு	29. சீமதண்டிகரு	30. எப்ரியரு
31. செம்புகரு	32. எப்ளியரு	33. முதலியாரு
34. கருகல்லாரு	35. காணிகரு	36. புளியரு
37. கார்க்கி	38. கட்டுகனிகரு	40. பாகி குலம்
41. மல்லிகைக் குலம்	41. மணல்கண்டிகரு	42. பெல்லியரு
43. வள்ளுரு	44. கும்பலரு	45. ஆலே குலம்
46. பாகிரு	47. சம்புகரு	48. வள்ளுவரு
50. கோணையரு	51. லிங்காயத்துரு	

கிருஷ்ணகிரி பகுதியில் உள்ள முரசுப் பறையர்களிடையில் சில தொன்மக் கதைகள் காணப்படுகின்றன. இவர்களுடைய திருமணம் பெண் வீட்டில் நடைபெறுவது வழக்கம். பழங்காலத்தில் மணமகன் திருமணத்திற்காக பெண் வீட்டிற்குச் சென்றனர். அவ்வாறு செல்லும் வழியில் பெரிய ஆறு ஒன்று ஓடிக்கொண்டிருந்தது. திருமண நாள் அன்று திடீரென்று வெள்ளப் பெருக்கெடுத்ததால் மணமகன் முகூர்த்த நேரத்திற்கு பெண்வீட்டில் உள்ள மணப்பந்தலுக்குச் செல்ல இயல வில்லை. சரியான நேரத்தில் தாலி கட்டவேண்டும் என்பது நியதி. இதனால் மணமகன் ஆற்றின் கரையில் உள்ள முல்லு கத்திரிக்காய் செடிக்கு முகூர்த்த நேரம் தவறாமல் தாலியைக் கட்டிவிட்டார். தாய்மாமன் மணமகனைத் தன் தோள் மீது தூக்கிச் சென்று தாலி கட்டியதாகவும், அடுத்த நாள் மணமகளின் வீட்டிற்குச் சென்று

கழுத்தில் தாலி கட்டியதாகவும் கூறுகின்றனர். இதனால் திருமணத்தின் போது முல்லுகத்திரிகாய் செடிக்கு தாலி கட்டுகின்ற வழக்கம் இருந்தது என்று கூறுகின்றனர். அன்று முதல் இப்பகுதியில் உள்ளவர்கள் முல்லு கத்திரிக்காயைச் சாப்பிடுவதில்லை. அச்செடிக்கு எந்தவிதமான தீங்கும் செய்வதில்லை. அச்செடியைத் தங்களுடைய குலக்குறியாக வைத்துள்ளனர். இது குலக்குறி வழிபாட்டை நினைவுகூர்வதாக உள்ளது.

கடம்பர் போன்ற சில குலத்தைச் சார்ந்த மக்கள் உடும்பைக் குலக்குறியாக வைத்துள்ளனர் என்பது தெரியவருகின்றது. இவர்கள் உடும்புக் கறியைச் சாப்பிடுவதில்லை. அத்துடன் ஆடி 18 ஆம் நாள் ஆற்றிலோ, குளத்திலோ குளிப்பதில்லை. இத்தகைய வழக்கத்தைத் தன்னுடைய மூதாதையர்கள் பின்பற்றியதால் இன்று வரையில் நாங்களும் பின்பற்றுகிறோம் என்று கூறுகின்றனர். இவற்றால் குலக்குறி வழிபாடு என்பது முரசுப் பறையர்களிடையில் இருந்தது என்பதும், காலப்போக்கில் மறையத் தொடங்கிவிட்டது என்பதும் தெளிவாகப் புலப்படுகின்றது. இவர்கள் பொருளாதார நிலையில் நலிவடைந்தவர்களாக இருந்ததாலும், உயர்சாதியினரை நம்பியே வாழ்க்கை அமைந்ததாலும் தங்களுடைய தனித்தன்மையை இழக்க நேரிட்டது என்பது பொருத்தமானது.

முரசுப் பறையர் இனமக்கள் குலச்சின்னங்களின் மேல் தெய்வீகத் தன்மையை வைத்திருந்தனர். இம்முறை திருமணத்தின் போதும் இறந்தவர்களைப் புதைக்கின்ற போதும் பின்பற்றுகின்றனர் என்பதை மைசூர்கெசட்டியர் பதிவு செய்துள்ளது. இறந்தவர்களைப் புதைக்கும் போது பங்காளிகள் எல்லா சடங்குகளிலும் கலந்துகொள்வார்கள். ஆனால் மாமன் மச்சான் குலத்தைச் சார்ந்தவர்கள் இதில் பங்கு கொள்ளமாட்டார்கள். இறந்தவர்களுக்கு வைக்கின்ற படையல் பொருள்களைப் பங்காளிகள் மட்டும் உண்ணவேண்டும் என்றும் மற்றவர்களுக்குா் தனியாகப் படையல் போடப்பட்டு கொடுக்கப் படுகின்றது என்றும் அதில் குறிப்புகள் காணப்படுகின்றன. இம்முறை இன்றுவரை நடைமுறையில் உள்ளது. எனவே குலமுறை இவர்களுடைய சமுதாயத்தில் முக்கியமான பங்கு வகிக்கின்றது.

குலமுறைத் திருமணம்

திருமணம் பொதுவாக குலமுறைப்படி நடக்கும். ஒரு குடியில் பிறந்தவர்கள் தங்களை இரத்தஉறவு உடையவர்கள் என்றும்

இரத்தபாசம் கொண்டவர்கள் என்றும் எண்ணிய காரணத்தால் சகோதரர்கள் என்றும் உணர்ந்தனர். இதையே ஒரு கொடி, கொத்து, கூம்பு என்று அழைக்கின்றனர். இதனால் இரத்தபாசம் கொண்ட குடியில் மணஉறவு கொள்ளக்கூடாது என்பதை முறைப்படுத்தினர். இரத்த உறவு கொண்டவர்களுடன் மணஉறவு கொள்வது மிருகங்களைப் போன்ற செயல் என்று உணர்ந்தனர். இதனால் பிறகுடிகளுடன் மணஉறவு கொண்டனர். ஒருகுடி பிற குடிகளுடன் மணஉறவு கொள்ளும் போது பல புதிய குடிகள் உருவாக்கப்பட்டன. இதனால் சகோதரக் குடி என்றும் மணஉறவு குடி அல்லது மாமன் மச்சான் குடி என்றும் இரு பிரிவுகள் ஏற்பட்டன. ஒவ்வொரு குடியும் தங்களுக்குள் வாழ்க்கை முறையையும், வழிபாட்டு முறையையும் உருவாக்கிக் கொண்டன. இதைப் போன்று திருமணச் சடங்குகளையும் முறைப்படுத்தினர். இதனால் குலமுறைத் திருமணங்கள் நடை முறைப்படுத்தப்பட்டன. எனவே பறையர் இனமக்கள் திருமணத்தை சமுதாயத்தின் முக்கியமான நிகழ்வாகக் கருதுகின்றனர்.

பெண் நிச்சயம் செய்தல் அல்லது நிச்சயதார்த்தம்

திருமணத்திற்குப் பெண் பார்க்கும் போது பெண் என்ன குலம் என்று தெரிந்த பின்னர் மற்ற வழக்கங்களைத் தொடங்குவார்கள். பெண்ணை நிச்சயம் செய்வது திருமண நிகழ்வுகளில் முக்கியமான முதல் நிகழ்வாகும். இது பொதுவாகப் பெண்வீட்டில் மட்டுமே நடைபெறும். பெண்வீட்டு உறவினர்களும் மாப்பிள்ளை வீட்டு உறவினர்களும் இதில் பங்குபெறுவார்கள். மாப்பிள்ளை வீட்டுக்காரர்கள் பெண்ணுக்குத் தேவையான மஞ்சள், குங்குமம், சீப்பு, கண்ணாடி, புடவை போன்றவற்றைக் கொண்டுவந்து சீர்வரிசை என்ற பெயரில் கொடுப்பார்கள். அவற்றை உடுத்திக் கொண்டு பெண் கூடியிருக்கும் உறவினர்களின் முன் வந்து நிற்பார். இதைத் தொடர்ந்து பேச்சுவார்த்தை நடைபெறும். பெண்ணின் ஊரைச் சார்ந்த மணியகாரர், எஜமானன் போன்றவர்களும், மணமகனின் ஊரைச் சார்ந்த மணியகாரர், எஜமானர் போன்றவர்களும் பேச்சுவார்த்தையில் ஈடுபடுவார்கள். மாப்பிள்ளை ஊரைச் சார்ந்தவர்கள் பெண் கொடுக்குமாறு கேட்பார்கள். அதற்கு முதலில் நீங்கள் எந்தக் குலத்தைச் சார்ந்தவர்கள் என்று கேட்பார்கள். குலத்தின் பெயரைச் சொன்ன உடன் அக்குலம் மாமன், மச்சான் குலத்தைச் சார்ந்ததா இல்லையா என்று சரிபார்ப்பார்கள். குலமுறை சரியாக உள்ளது என்று முடிவு செய்த பின்னர், பெண்ணையும் மாப்பிள்ளையையும்

சம்மந்தம் கேட்பார்கள். இதைத் தொடர்ந்து பெண்ணின் தாய் மாமனிடம் ஒப்புதல் கேட்பார்கள். எலோருடைய சம்மதத்தையும் பெற்ற பின்னர் வெற்றிலைப் பாக்கு மாற்றும் நிகழ்வு நடைபெறும். இதே நேரத்தில் திருமணம் நடைபெறும் நாளும் நிச்சயம் செய்வார்கள். இதன் பின்னர் விருந்து நடைபெறும். இதை வெற்றிலைப் பாக்கு எடுப்பது அல்லது பெண்ணை நிச்சயம் செய்வது என்று கூறுகின்றனர்.

தலைக்குத் தண்ணீர் ஊற்றும் சடங்கு

திருமணம் நடப்பதற்கு 5 அல்லது 3 நாள்களுக்கு முன்னர் இச்சடங்கு நடைபெறும். பொதுவாக இதனை மாலை நேரத்தில் செய்வார்கள். இச்சடங்கு ஊரின் மையப்பகுதியில் நடத்தப்படும். அந்த இடத்தில் முதலில் மாட்டின் எருவைக் கொண்டு வந்து நீண்ட மேடையைப் போன்று உருவாக்குவர். அந்த மேடையில் மூன்று மண்குடங்கள், மூன்று மண்ணால் செய்யப்பட்ட சொப்புகள் வரிசையாக வைப்பார்கள். இவை கிழக்கு நோக்கி வைக்கப்படும். குடங்களுக்கும் சொப்புகளுக்கும் இடையில் சுமார் 2அடி நீளம் இருக்குமாறு வைத்து, இவை இரண்டையும் இணைக்கும் வகையில் நூல் விடுவார்கள். நூல் விடுவிதை எல்லோரும் செய்ய இயலாது. அதற்கும் ஒருமுறை உள்ளது. பழக்கப்பட்டவர்கள் மட்டும் நூலை விடுவார்கள். மண்குடுவைகளில் ஊரிலுள்ளவர்கள் அனைவரும் தண்ணீர் கொண்டு வந்து நிரப்புவார்கள்.

வெண்கலச் சொம்பில் கரகங்கள் தயார் செய்வார்கள். வெண்கலத் தட்டில் மாட்டின் எருவையும் நவதானியங்களையும் கலந்து வைப்பார்கள். அக்கலவையின் மேல் வெண்கலச் சொம்பை வைத்து, மஞ்சள், குங்குமம் வைத்து, தேங்காயைச் சொம்பில் காம்பு மேலிருக்கும்படி குத்துவசமாக வைப்பார்கள். அந்தத் தேங்காயைச் சுற்றிலும் மூன்று வெற்றிலைகளை இணைத்து வைப்பார்கள். அதன் மேல் பூ வைப்பார்கள். இதற்குப் பெயர் 'கரகம்' என்று கூறுவார்கள். இக்கரகத்தைத் தண்ணீர் குடத்திற்கும் மாப்பிள்ளை அல்லது மணப்பெண் அமரும் இடத்திற்கும் இடையில் வைப்பார்கள். மணப்பெண் அல்லது மாப்பிள்ளை அமரும் இடத்தில் மரத்தால் ஆன மனையை வைத்து அதன் மேல் வெள்ளைத் துணியைப் போடுவார்கள்.

மாப்பிள்ளையைத் தாய்மாமன் அழைத்து வருவார். மாப்பிள்ளையை கிழக்கு நோக்கி நிறுத்திவைத்து அலரி பூமாலையைப் போடுவார். அலரி பூமாலையைத் தாய்மாமன் தயாரிக்கவேண்டும்.

குலங்களும் திருமணமும்

போடப்பட்டிருக்கும் மனையின் மேல் அமருவதற்கு முன்பு தாய்மாமன் காலைத் தொட்டுக் கும்பிடுவது வழக்கம். இரண்டு தட்டுகளில் ஒன்றில் மஞ்சளும் மற்றொன்றில் அரப்புத் தூள் அல்லது சீயக்காய் பொடியை எண்ணெய்யில் கலந்து வைத்திருப்பார்கள். இந்த இரண்டு தட்டுகளையும் உடன்பிறந்த சகோதரிகள் பிடித்திருப்பர். தாய்மாமன் மாப்பிள்ளையின் தலையைப் பிடிக்க உறவினர்களும் ஊராரும் இரண்டு கைகளால் தொட்டு எண்ணெய்யை மாப்பிள்ளையின் தலையில் வைப்பார்கள். இதைத் தொடர்ந்து மணமகனின் உடல் முழுவதும் மஞ்சள் பூசுவார்கள். இதற்கு எண்ணெய் வைத்தல் என்று பெயர்.

ஊரில் உள்ளவர்கள் எல்லோரும் எண்ணெய் வைத்த பின்பு, 3 அல்லது 5 மணமான பெண்கள், ஆண்கள் ஒன்றாகச் சேர்த்து மாப்பிள்ளையின் முன்னர் வைக்கப்பட்டுள்ள மூன்று மண் அல்லது வெண்கலச் சொப்புகளை ஒன்றாக இணைத்து எடுத்து, தண்ணீர் உள்ள சொப்புக்களை மாப்பிள்ளையின் முன்னர் ஏற்றி, இறக்கி மூன்று முறை செய்து (ஆரத்தி எடுப்பதைப் போன்று) மணமகனின் தலையின் மேல் நீரை ஊற்றுவார்கள். இதைப் போன்று மூன்றுமுறை செய்வார்கள். இதைத் தொடர்ந்து மணமகனைக் குளிக்கவைப்பார்கள். பின்னர் புத்தாடை அணிவித்துத் தாய்மாமன் மீண்டும் அழைத்துவந்து மனையின் மேல் அமரவைப்பார். மாப்பிள்ளை சூரியன் உதிக்கின்ற கிழக்கு திசையை நோக்கி அமர வேண்டும் என்பது வழக்கம்.

இரண்டாவது முறையாக அலரிப்பூ மாலையை மணமகனின் கழுத்தில் போடுவார். மணமகன் அமர்ந்த பின்பு 'சேசை போடுவது' என்ற சடங்கு நடைபெறும். தாய்மாமன் மணமகனின் தலைக்கு மேலே வெள்ளைத் துணியை அகலமாக விரித்துப் பிடித்துக் கொள்வார். மணமகனின் முன்பு உள்ள இரண்டு தட்டுகளில் ஒரு தட்டில் நவதானியம் கலந்த நெல்லும் மற்றொரு தட்டில் மாட்டு எருவும் வைக்கப்பட்டிருக்கும். மணமான தம்பதிகள் அதாவது கணவன் மனைவி இருவரும் இரண்டு தட்டுகளையும் ஒருவர் கைகளால் எடுக்க, மற்றொருவர் அவருடைய கையைப் பிடிக்க மணமகனின் முன்னர் வைக்கப்பட்டிருக்கும் கரகங்களின் மேல் மூன்றுமுறை சுற்றுவார்கள். மூன்று முறை தட்டிலுள்ள எருவையும், நெல்லையும் இரண்டு கைகளால் எடுத்து மூன்றுமுறை கரகத்தின் மேல் போடுவார்கள். அதே போன்று மணமகனையும் சுற்றி, அதிலுள்ள நெல்லையும் எருவையும் மூன்றுமுறை சுற்றிய பின்னர்

மணமகனின் தலைக்கு மேல் தாய்மாமன் பிடித்துள்ள துணியில் போடுவார்கள். இதையும் மூன்றுமுறை செய்வார்கள். இதைப் போன்று மூன்று அல்லது ஐந்து ஜோடிகள் 'சேசை போடுவது' வழக்கமாக இருந்து வருகின்றது. இது மணமகனுக்கு ஆசிகூறுவதாக அமைகின்றது. இதைத் தொடர்ந்து ஆரத்தி எடுப்பார்கள். இதில் மணமகனின் சகோதரிகளுக்கு முதலிடம் வழங்கப்படுகின்றது. அப்பொழுது நலங்குப் பாடல்கள் கன்னடத்திலும் தெலுங்கிலும் பெண்கள் பாடுவார்கள். இப்பாடல்கள் இந்த நூலில் பின்னிணைப் பாகக் கொடுக்கப் பட்டிருக்கின்றன.

இதைத் தொடர்ந்து மணமகனின் கையில் இரும்புக் கத்தியின் மேல் மஞ்சள் பூசிய துணியைச் சுற்றிய 'ஜம்தார்' என்று அழைக்கப்படுகின்ற இரும்புக் கத்தியைக் கொடுப்பார்கள். இரும்பும், மஞ்சள் பூசிய துணியும் மணமகனின் மேல் எந்தவிதமான காத்தும் கறுப்பும் வராமல் தடுக்கும் என்ற நம்பிக்கை இவர்களிடம் உள்ளது. இரும்பிற்குப் பேயைத் தடுக்கின்ற சக்தி உண்டு என்பது இவர்களுடைய நம்பிக்கை. திருமணம் முடியும்வரையில் இந்தக் குத்துவாள் மணமகனின் கையில் இருக்கவேண்டும் என்பது நியதி. பின்னர் மணமகனைத் தாய்மாமன் குடைபிடிக்க ஊருக்கு வெளியில் அழைத்து வருவார். மணமகனைக் கிழக்கு நோக்கி நிறுத்தி கையில் வெற்றிலையைக் கொடுத்து அதில் நெல் சிறிதளவு போட்டு அதில் தண்ணீர் ஊற்றி தரையில் விட்டுவிடுவார். இதைப் போன்று நான்கு திசைகளிலும் வெற்றிலை, நெல், தண்ணீர் ஆகியவற்றை விட்டுவிடுவார். இதைத் தொடர்ந்து தேங்காய் ஒன்றின் மேல் கற்பூரத்தை ஏற்றி மணமகனை மூன்றுமுறை சுற்றி சூரத்தேங்காய் உடைப்பார்கள். இதைத் தொடர்ந்து மணமகனை வீட்டிற்கு அழைத்துச் செல்வார்கள். மேலே கூறப்பட்டவை அனைத்தும் தலைக்குத் தண்ணீர் ஊற்றுவது என்ற பெயரில் செய்யப்படுகின்றது. இதே போன்றே பெண் வீட்டிலும், மணப்பெண்ணுக்குத் தண்ணீர் ஊற்றுவார்கள். அப்போது பெண்ணுக்கு சீர்வரிசை என மணமகனின் வீட்டிலிருந்து கொடுத்தனுப்புவார்கள்.

நலங்கு வைக்கும் சடங்கு

அன்று முதல் ஊரிலுள்ளவர்கள் மணமகனைத் தங்களுடைய வீட்டிற்கு அழைத்துச் சென்று நலங்கு வைப்பார்கள். மணமகனின் உடல் முழுவதும் மஞ்சள் பூசி, பலவகையான உணவு சமைத்து

சாப்பிடவைப்பார்கள். இதைப்போன்று திருமணநாள்வரை ஊரிலுள்ளவர்கள் நலங்கு வைப்பார்கள். இதைப் போன்று நலங்கு வைக்கும் நிகழ்வு மணமகளின் வீட்டிலும் நடைபெறும்.

திருமணம்

இரண்டு நாள்கள் நடைபெறுகின்ற திருமணத்தில், முதல் நாள் பச்சைப் பந்தல் போடுகின்ற வேலை நடைபெறும். பெரும்பாலும் திருமணம் பெண்வீட்டில்தான் நடைபெறும். முதல் நாளிலிருந்து ஊரிலுள்ளவர்கள் அனைவரும் ஒன்றாக இணைந்து இந்நிகழ்ச்சியை நடத்துவார்கள். அதே நேரத்தில் இந்த இரண்டு நாள்களும் ஊரிலுள்ளவர்கள் அனைவரும் திருமண வீட்டில் சாப்பிடுவார்கள். பந்தல் போடுவதற்கு நொச்சி தழை, வேப்பந்தழை போன்றவற்றுடன் தென்னை ஓலையைப் பின்னியும் போடுவார்கள். பந்தலின் உட்பகுதியில் 12 கால்கள் அல்லது கொம்புகளைக் கொண்டதாக இருக்கவேண்டும் என்பது புனிதமானதாகும். பந்தல் கிழக்கு நோக்கி இருக்குமாறு போடப்படும். பந்தலில் அரசானி கொம்பு, மணமேடை போன்றன பந்தல் போடும் போது வைக்கப்படும். அரசமரக் கொம்பு அல்லது நாகமரக் கொம்பு அரசானி கொம்பாக தாய்மாமன் கொண்டு வந்து வைப்பார்.

மாப்பிள்ளை வீட்டிலும் பச்சைப் பந்தல் போடுவார்கள். அன்று இரவு ‘பந்தல் சாப்பாடு’ என்ற விருந்து ஊரிலுள்ளவர்கள் அனைவருக்கும் வழங்கப்படும். இதில் ஒரு வகையான ஒற்றுமைக் காணப்படுகின்றது. பந்தல் சாப்பாட்டிற்குத் தேவையான அரிசி, பருப்பு போன்ற உணவுப் பொருள்கள் அனைத்தும் ஊரிலுள்ள வீடுகளுக்குப் பகிர்ந்து கொடுக்கப்படும். ஊரிலுள்ளவர்கள் உணவை சமைத்துக் கொண்டுவந்து மணவீட்டில் கொடுத்துவிடுவார்கள். திருமண வீட்டுக்காரர்கள் உணவு சமைக்கமாட்டார்கள். திருமண வேலையை மட்டும் செய்வார்கள். அன்று வந்திருக்கும் விருந்தினர்கள் சாப்பிட்ட பின்பு ஊரிலுள்ளவர்களுக்கு எல்லா உணவும் பகிர்ந்து அளிக்கப்படும். ஒரு வீட்டில் திருமணம் என்றால் ஊரிலுள்ளவர்கள் எல்லோரும் அதைப் பகிர்ந்துகொள்வார்கள் என்பது அக்கால சமுதாயத்தின் ஒற்றுமையை எடுத்துரைக்கின்றது என்று பொருள்படும்.

மணமகன் வீட்டிலும் இதைப் போன்று விருந்து நடைபெறும். ஆனால் தற்போது இந்த நடைமுறைகள் எல்லாம் காணாமல்

போய்விட்டன. மணமகன் வீட்டுக்காரர்கள் தங்கள் சுற்றத்துடன் பெண்வீட்டிற்குச் செல்வார்கள். மணமகன் வீட்டைவிட்டு செல்லும் போது வீட்டின் முன் மஞ்சள் கயிற்றைக் கொண்டு சதுர அமைப்பில் கட்டம் போடுவார்கள். இதை மங்களமாகக் கருதுகின்றனர். இந்தக் கட்டத்தைப் போட்ட பின்னர் வீடு நுழைவது இல்லை என்பது நடைமுறை. பெண்வீட்டிற்குச் செல்லும் போது மணமகனின் ஆடைகளையும், தேவையான பொருள்களையும் தாய்மாமன் மனைவி அல்லது உடன்பிறந்த சகோதரி ஒரு பெட்டியில் வைத்துத் கொண்டு வருவார். இதைக் கொண்டு வருவதற்காக அவருக்குத் தேவையான துணிகளை எடுத்துக் கொடுப்பது ஒரு முக்கியமான நிகழ்வாகும்.

மாப்பிள்ளை வீட்டுக்காரர்கள் பெண்வீட்டில் போடப்பட்டுள்ள மணப்பந்தலில் நுழைந்தவுடன் புதிய மண்பாத்திரத்தில் விளக்கு ஏற்றுவார்கள். இதை மரத்தால் ஆன குந்தாணி என்பதன் மேல் வைப்பார்கள். இந்த விளக்கு திருமணம் முடியும் வரையில் அணையாமல் எரியவேண்டும் என்பது குறிப்பிடத்தக்கது. விளக்கு அணைந்தால் மணமக்களின் வாழ்க்கை நன்றாக இருக்காது என்பது நம்பிக்கை. மணப்பந்தலில் அரசானி கம்பம் ஒன்று கட்டுவார்கள். அரச மரக் கொம்பு அல்லது நாகமரக் கொம்பு அரசானி கொம்பாக வைப்பார்கள். இதைத் தாய்மாமன் கொண்டு வந்து வைத்து, அதற்குக் கங்கணம் கட்டுவார்கள். கங்கணம் என்பது மஞ்சள்நீரில் நனைத்த சிறிய துணியில் நவதானியங்கள் வைத்துக் கட்டுவார்கள். இத்துடன் சேர்த்து 12 கம்பங்களுக்கும் கங்கணம் கட்டுவார்கள்.

சால்கரகம் என்ற அலங்கரிக்கப்பட்ட மட்கலங்கள் மாப்பிள்ளை வீட்டிற்கு ஒன்றும், பெண் வீட்டிற்கு ஒன்றுமாக இரண்டு தயாரிக்கப் படும். இந்த மட்கலங்களைச் செய்கின்ற குயவர்களிடமிருந்து பெற்றுவருவார்கள். இது திருமணத்திற்காகத் தயாரிக்கப்படுபவை. இதற்காகக் குயவர்களுக்கு அரிசி, தேங்காய், பணம் போன்றவை கொடுத்து வாங்குவார்கள். இதைப் போன்று மணமக்களுக்குப் போடப்படுகின்ற மாலைகளும் தாசர்கள் என்று அழைக்கப் படுகின்ற சாதியினரிடமிருந்து பெற்றுவருவார்கள். தாசர்கள் என்பவர்கள் பெருமாள் கோயிலுக்குப் பூசை செய்கின்றவர்கள். இந்த மாலையை வாங்குவதற்காக அவர்களுக்குத் தேங்காய், பழம், அரிசி, வெற்றிலை, பாக்கு, பணம் போன்றவற்றைக் காணிக்கையாகக் கொடுப்பது வழக்கமாக உள்ளது. தாசரிடமிருந்து பெற்ற மாலைகளை

திருமணத்தின் முக்கியமான மாலைகளாகக் கருதுகின்றனர். இம்மாலைகள் விஷ்ணுவின் ஆசியைப் பெற்ற மாலைகளாகத் நம்பு கின்றனர். இதனால் இதைப் பெறுவதற்கு தாசர்களின் வீட்டிற்கு மேளவாத்தியம் முழுங்க சென்று மாலையை வாங்கி வருவது நடை முறையாக உள்ளது. குயவர், தாசர் ஆகிய இரண்டு பிரிவைச் சார்ந்தவர்கள் மட்டும் இவர்களுடைய திருமணத்தில் பங்கு கொள்கின்றனர்.

மணவறைச் சடங்கு

மணவறை என்பது கிழக்கு நோக்கி இருக்கும். மணவறையில் அரசானிக் கொம்பு, சால்கரகங்கள் இரண்டு, வெண்கலச் சொம்பில் மாட்டு எருவு மற்றும் நவதானியம் போட்டக் கலசம் ஒன்று, குந்தாணியில் வைத்துள்ள விளக்கு, முக்காலி இரண்டு, அம்மிக்கல் போன்றன இன்றியமையாதவை. தட்டு ஒன்றில் நிறைய வெற்றிலை, பாக்கு வைத்திருப்பார்கள். அதில் பரியம் எனப்படும் பணம் பத்தேகால் ரூபாய் வைப்பார்கள். மணமக்கள் அமருவதற்கு மரத்தால் ஆன மனைகள் இரண்டு போட்டிருப்பார்கள்.

மாப்பிள்ளைக்குப் புத்தாடை உடுத்தி தலையில் உருமாலை கட்டி, நெற்றில் பாசிங்கம் என்ற தக்கையால் செய்யப்பட்டதைக் கட்டி, அத்துடன் பட்டம் என்பதையும் கட்டி அழைத்துச் சென்று திப்பனம் என்று ஒரு இடத்தில் அமரவைப்பார்கள். பின்னர் மாப்பிள்ளையை அழைத்து வந்து மணவறையில் அமரச் செய்வார்கள். பெண்ணுக்கும் முகூர்த்தப் புடவையைக் கட்டி, பாசிங்கம் என்ற மரத்தக்கையைக் கட்டி, பட்டம் கட்டி தயார்செய்வார்கள். பெண் வரும்போது மாப்பிள்ளை பெண்ணைப் பார்க்கக்கூடாது என்பதற்காக வெள்ளைத் துணியைக் கொண்டு திரை போடுவார்கள். தேங்காய் உடைத்த பின்பு திரையை எடுப்பார்கள். ஒரு தட்டில் தேங்காய் வைத்து, அதில் வெற்றிலை, பாக்கு, குங்குமம், மஞ்சள் போன்றன வைத்து அதில் தாலியை வைத்துப் பெரியவர்கள் தொட்டு ஆசீர்வாதம் பெறுவார்கள். ஊர் மணியகாரன், எஜமானன் ஆகியோர் தாலியை எடுத்து மணமகன் கையில் கொடுப்பார்கள். மணமகன் மணமகள் கழுத்தில் மூன்று முடிச்சு போடுவான். தேங்காய் உடைத்துக் கற்பூரம் ஏற்றுவார்கள். இருவரும் கும்பிடுவார்கள். மணமக்கள் அவர்களுடைய சுண்டு விரலைக் கோர்த்தபடி மணவறையையும், அரசானியையும் மூன்று சுற்று சுற்றிவருவார்கள்.

பெண்வீட்டுக்காரர்களும் மாப்பிள்ளை வீட்டுக்காரர்களும் ஒருவரையொருவர் உயர்த்தியும் தாழ்த்தியும் 'சோபத்து சோபனம்' என்ற சோபனப் பாட்டுப் பாடுவார்கள். இப்பாட்டு கன்னட மொழியில் உள்ளது. மணமக்களுக்கு 'சேசை போடுவது'என்ற நிகழ்வு ஒன்றையும் அங்கு செய்வார்கள். மாட்டு எருவையும் நவதானியங்கள் கலந்த கலவையையும் இரண்டு வெண்கலத் தட்டுகளில் வைத் திருப்பார்கள். 5 அல்லது 7 ஜோடிகள் சேசை போடுகின்ற சடங்கைச் செய்வார்கள். மணமக்களின் முன்னர் வைத்துள்ள கரகச் சொம்பிற்கு ஒருவர் கையை ஒருவர் பிடிக்க எருவையும், நவதானியங்களையும் மூன்றுமுறை போடுவார்கள். அதன்பின் மணமக்களை மூன்றுமுறை சுற்றி அவர்களுக்கு மேல் பிடித்திருக்கும் துணியில் போடுவார்கள். உறவினர்கள் ஆரத்தி எடுப்பார்கள். அதுவரையில் மணமக்கள் உண்ணாமல் இருக்கவேண்டும். பின்னர் இருவரும் ஒன்றாக உண்ணுவார்கள். இச்சடங்குகளை ஊர்ப் பெரியவர், மணியகாரர், எஜமானன் ஆகியோர் முன்னின்று நடத்துவர். முரசுப் பறையர் திருமணச் சடங்குகளில் பார்ப்பனரை அனுமதிப்பது இல்லை என்பது குறிப்பிடத்தக்கது.

புத்து மண் கொண்டுவருதல்

தாலி கட்டிய பின்பு ஊருக்கருகிலுள்ள புற்றிலிருந்து புற்று மண்ணை வெட்டி எடுத்து வருவது திருமணத்தின் ஒரு நிகழ்வாக நடை பெறுகின்றது. மணமகன் மண்வெட்டியையும், மணமகள் கூடையைப் போன்ற ஒன்றையும் எடுத்துக்கொண்டு மேளதாளங்களுடனும் ஊர்மக்கள், விருந்தினர்கள் உட்பட எல்லோரும் ஒன்றாக இணைந்து புற்றை நோக்கிச் செல்வார்கள். அவ்வாறு செல்லும் போது மணமகளை ஓடும்படி பெண்வீட்டுக்காரர்கள் கூறுவார்கள். மணமகள் அருகிலுள்ள புற்றை நோக்கி ஓடுவாள். மணமகன் அவ்வாறு ஓடுகின்ற மணமகளை ஓடிப் பிடிக்க வேண்டும். மணமகள் புற்றைச் சென்று அடைவதற்குள் மணமகன் பிடித்துவிடுவான். இந்த நிகழ்ச்சியும் மணமக்களுக்கிடையில் ஒரு மன ஒற்றுமையை அல்லது இருவரும் ஒருவரை ஒருவர் புரிந்துகொள்ளுகின்ற தன்மையையும் உருவாக்குவதற்காக நடத்தப்படுகின்ற நிகழ்வாகும்.

மணமகன் புற்று மண்ணை வெட்டி, அந்த மண்ணை மணமகள் வைத்திருக்கும் கூடையில் வைத்து அதை மணமகளின் தலையின் மேல் எடுத்து வைக்க வேண்டும். அந்த மண்ணைக் கொண்டுவந்து அதில் முளைபாரி செய்து வைப்பது வழக்கம்.

மஞ்சள் நீராடல்

திருமணத்தின் போது மஞ்சள் நீராடுதல் ஒரு நிகழ்வாக நடைபெறு கின்றது. இது பெரும்பாலும் ஊரிலுள்ள பெரிய வீதியில் நடைபெறும். இரண்டு பெரிய பாத்திரங்களில் மஞ்சள்நீரைக் கலந்து தெருவின் இரண்டு பகுதியில் வைக்கப்படும். ஊர்மக்களும், விருந்தினர்களும் திரளாக தெருவின் இரண்டு பக்கங்களிலும் கூடியிருப்பார்கள். மணமக்கள் இருவரும் பெரும்பாலும் வெள்ளை ஆடையை அணிந்திருப்பார்கள். மணமக்கள் இருவரிடமும் இரண்டு கோப்பையைப் போன்ற பாத்திரங்கள் கொடுப்பார்கள். பாத்திரங்களில் உள்ள மஞ்சள்நீரை எடுத்து ஒருவர் மற்றொருவர் மேல் வீசவேண்டும். முடிந்தவரை மணமக்கள் இருவரும் ஒருவர் மேல் ஒருவர் ஊற்றிப் பார்ப்பார்கள். முடியாத சூழ்நிலையில் அருகிலுள்ள மாமன் முறையானவர்கள் மேல் மஞ்சள்நீரை ஊற்றுவார்கள். இருவரில் யார் அதிகம் மஞ்சள் நீரில் நனைகின்றாரோ அவர் தோற்றவர் என்று கூறுவார்கள். பெண்வீட்டுக்காரர்கள் பெண்ணையும், மாப்பிள்ளை வீட்டுக்காரார்கள் மாப்பிள்ளையையும் உற்சாகப்படுத்துவார்கள். இது வேடிக்கையாக நடைபெறும்.

இந்த நிகழ்வு ஒரு வகையில் மணமக்கள் இருவரும் ஒருவரை ஒருவர் புரிந்துகொள்ளவும், அவர்களுடைய மனதில் ஒற்றுமையை வளர்க்கவும் உதவுகின்றது. பெரும்பாலும் அக்காலத்தில் மணமக்கள் ஒருவரை ஒருவர் பார்த்து இருக்கமாட்டார்கள். பெரியவர்களால் நிச்சயிக்கப்பட்ட திருமணம் என்பதாலும், சிறிய வயதில் திருமணம் செய்வதாலும் இவர்களுக்கிடையில் மனஒற்றுமையை வளர்ப்பதற் காகவும் இத்தகைய நிகழ்ச்சிகளை நடத்துகின்றனர். இப்பொழுது இச்சடங்கு நடைபெறுவதில்லை.

திருமணம் முடிந்த பின்பு மணப்பெண் மணமகன்வீட்டிற்கு வருவது வழக்கம். மணமகன் ஊருக்கு வந்த பின்பு ஊரிலுள்ள எல்லா தெய்வங்களையும் வழிபடுவார்கள். இதைத் தொடர்ந்து ஊரிலுள்ள எல்லா வீடுகளுக்கும் மேள வாத்தியங்களுடன் செல்வார்கள். அப்போது ஒவ்வோர் வீட்டிலும் மணமக்களுக்கு ஆரத்தி எடுப்பார்கள். ஆரத்தி எடுப்பவர்களுக்கு மணமக்கள் அவர்களின் தட்டில் பணம் அல்லது வெற்றிலைபாக்கு இடுவது வழக்கமாக உள்ளது. இறுதியில் மணமகன் வீட்டில் ஆரத்தி எடுத்தபின் வீட்டில் நுழையும் வழக்கம் நடைமுறையில் உள்ளது. மணமகள் வீட்டில் நுழையும் போது வலது காலை முன்வைத்து நுழையவேண்டும்.

வீட்டில் நுழைந்தவுடன், முதலில் உப்புச் சட்டியில் கையை நுழைக்க வேண்டும் என்பது வழக்கமாக உள்ளது.

மறுமூசி

திருமணம் முடிந்த 3 அல்லது 5 ஆம் நாள் பெண் வீட்டுக்காரர்களும் அவர்களுடைய சொந்தக்காரர்களும் மணமக்களை அவர்களுடைய வீட்டிற்கு அழைத்துச் செல்வதற்கு மணமகன் வீட்டிற்கு வருவார்கள். அவ்வாறு வரும்போது நேராக வீட்டிற்கு வரமாட்டார்கள். ஊருக்கு வெளியிலுள்ள மரத்தின் அருகில் அல்லது கோயிலின் முன்னர் வந்து அமருவார்கள். மாப்பிள்ளை வீட்டுக்காரர்களும், ஊராரும் ஒன்றாக இணைந்து பெண்வீட்டுக்காரர்களை எதிர்கொண்டு அழைப்பார்கள். அவர்களை வரவேற்கத் தேவையான பொருள்களான அமருவதற்கு பாய், வெற்றிலை பாக்கு, வெல்லமும் தண்ணீரும் கலந்த பானக்கம் என்ற ஒரு வகையான பானம் போன்றவற்றைக் கொண்டு செல்வார்கள். பாயை விரித்து அமரவைத்துக் குடிப்பதற்கு பானக்கம் கொடுத்து, வெற்றிலை பாக்கு கொடுத்து வீட்டிற்கு அழைத்து வருவார்கள். விருந்து நடைபெறும். அசைவ விருந்து எல்லோராலும் விரும்பப் படுகின்ற உணவாக இன்று மாறி உள்ளது. விருந்து முடிந்த பின்னர் மணமக்களை அவர்களுடைய வீட்டிற்கு அழைத்துச் செல்வார்கள்.

இந்த நிகழ்விற்கு 'மறுமூசி செய்வது' என்று கன்னடத்தில் குறிப்பிடுகின்றனர். மறுவீடு என்ற சொல்தான் இப்படி மாறியுள்ளதா என்பது தெரியவில்லை. இதைப் போன்று மாப்பிள்ளை வீட்டுக் காரர்கள் பெண்வீட்டிற்குச் சென்று மணமக்களை அழைத்து வருவர். இது திருமணத்தின் இறுதி நிகழ்வாக நடைமுறையில் உள்ளது.

மஞ்சள் நீராட்டு விழா

பெண்கள் வயதிற்கு வந்த பின்பு அவர்களுக்குச் சில சடங்குகள் செய்து வீட்டிற்கு அழைப்பார்கள். இதற்குக் கன்னடத்தில் 'தெரட்டி' என்று பெயர். பெண்கள் பூப்பெய்தும் நிகழ்வை ஒரு தீட்டாகக் கருது கின்றனர். அண்ணன் தம்பி உறவுமுறை அல்லது சகோதர உறவுமுறை உள்ளவர்கள் இத்தகைய நாள்களில் எந்தவிதமான நல்ல செயல் களையும் செய்யமாட்டார்கள். பூப்பெய்திய பெண்ணை 7 அல்லது 11 நாள்கள் ஊருக்கு வெளியில் சிறிய குடிசை ஒன்றைப் போட்டு அதில் தங்க வைப்பார்கள். அந்தக் குடிசையைத் தாய்மாமன் போடவேண்டும் என்பது வழக்கில் உள்ளது.

வயதிற்கு வந்த பெண்ணை முதலில் ஊர் ஏகாளியின் குடும்பத்தில் உள்ள பெண் ஒருவர் குளிக்க வைப்பார்கள். குளித்த பின்னர் புத்தாடை அணிவிப்பார்கள். அதன் பின்னர் ஊருக்கு வெளியே போடப்பட்ட குடிசையில் தங்க வேண்டும். இவருக்கென்று தனியான தட்டு, சொம்பு, படுக்கை போன்றவை கொடுப்பார்கள். இவர்கள் ஊருக்குள்ளே வருவதும், வீட்டில் நுழைவதும் தீட்டாகும் என்று நம்புகின்றனர். நாள்தோறும் ஊருக்கு வெளியில் உள்ள பெண்ணைக் குளிக்கவைத்து, மஞ்சள் பூசி, குங்குமம் இட்டு, பூவைப்பார்கள். முதல் நாள் தாய்மாமன் விருந்து கொடுக்க வேண்டும். மாமன், மச்சான் உறவு உள்ளவர்கள் ஒவ்வொரு நாளும் ஒவ்வொரு வகையான விருந்தைக் கொண்டு வந்து கொடுப்பார்கள். 11 நாள்கள் முடிந்த பின்னர் அந்தக் குடிசையைத் தாய்மாமன் எடுத்துச் சென்று தீ வைத்துவிடுவார். வீட்டிற்கு அழைக்கும் போது குளிக்க வைத்து, புத்தாடை அணிவித்துப் பெரியவர்களின் ஆசியைப் பெறுவார்கள். அந்தப் பெண்ணின் மேல் மாட்டுக் கோமியம் தெளித்து வீட்டிற்கு அழைத்து வருவார்கள். ஊரில் உள்ள அனைத்து வீடுகளுக்கும் கோமியம் (பசுவின் சிறுநீர்) தெளித்து ஊரில் ஏற்பட்ட தீட்டை நீக்குவர். இப்பணியை ஏகாளி செய்வார்.

7

சமுதாய அமைப்பு

தாழ்த்தப்பட்ட மக்களின் கிராமம் என்பது ஏழு அல்லது அதற்கு மேற்பட்ட உயர் சாதி கிராமங்களுக்கு ஒரு கிராமம் என்ற வீதத்தில் உள்ளது. இச்சேரி மக்களின் வாழ்க்கை என்பது மேல்சாதியினரை நம்பியே இருக்கும். உயர்சாதியினரின் ஆடு, மாடுகளை வளர்ப்பது முதல் அவர்களுடைய நல்லது, கெட்டது போன்ற செயல்கள் அனைத்தும் இவர்களை நம்பி இருக்கும். கால்நடைகளை மேய்ப்பது, பாராமரிப்பது, மாட்டுத் தொழுவங்களில் அடைப்பது போன்ற பணிகளைச் சேரி மக்களே செய்வார்கள். இதற்குக் கூலி இல்லை, மாறாக கால்நடைகள் குட்டி போட்டால் ஒன்று அவர்களுக்குக் கொடுப்பார்கள். அதற்குத் தோட்டிவட்டம் அல்லது தோட்டிமுறை என்று கூறுவார்கள். சேரியிலுள்ள குடும்பங்கள் கொத்து வாரியாக ஆண்டிற்கு ஒரு கொத்துக்காரர் என்று பிரித்துக்கொண்டு ஊழியம் செய்வார்கள். இதற்கு ஊர்த்தோட்டி என்று பெயர். இது அவர்களுக்கு வழங்கப்பட்டுள்ள பரம்பரை உத்தியோகம் என்றே கூறவேண்டும். ஒவ்வொரு ஆண்டும் ஆடி மாதம் முதல் தேதியன்று தோட்டி முறை வேறு ஒருவருக்கு மாறும். அவ்வாறு மாறும் போது இதற்கு அடையாளமாக உயர்சாதி கிராமத்திலுள்ளவர்களுக்கு இலை கொடுப்பது வழக்கம். இந்த இலை முருக்க இலைகளைக் கொண்டு வந்து அவற்றைத் தைத்து வட்டவடிவ இலையாகக் கொடுப்பார்கள். அன்று முதல் தோட்டி என்ற பதவி மாறிவிட்டது என்று பொருள். ஆண்டிற்கு ஒருமுறை இந்த முறை மாறும். ஊரில் நடைபெறும் சுக, துக்கங்களுக்கு இவர்கள் வாத்தியம் செய்வார்கள். இதற்குப் பலகை அல்லது தப்பட்டை, தாசா, உறுமி, துடும்பு போன்ற தோல் கருவிகள் இருந்தால்தான் தோட்டி முறையை நிறைவாகச் செய்யமுடியும். இசைக் கருவிகளைப் புதியதாகக் கட்டியோ கடன் வாங்கியோ இப்பணியைச் செய்யவேண்டும் என்பது எழுதப்படாத சட்டம்.

ஊர்த்தோட்டி

சேரியைச் சுற்றியுள்ள கிராமங்களில் மாடுகளோ, எருமைகளோ செத்துவிட்டால் ஊர்த்தோட்டி அதை எடுத்து வரவேண்டும். இறந்த கால்நடைகளின் தோலைக் கொண்டு இசைக் கருவிகளை அவர்களே கட்டிக் கொள்வார்கள். பொங்கல் போன்ற விழா நாள்களில் முறையாக வாத்தியம் செய்யவில்லை என்றால் அவருடைய தோட்டிமுறை போய்விடும். ஊரிலிருந்து தள்ளிவைக்கப்படுவார். இதை எதிர்த்து நியாயம் கேட்கமுடியாது. இது சமுதாயக் கட்டுப்பாடு. கால்நடைகள் அதிகம் இறந்தால் தோட்டி வந்த நேரம் சரியில்லை அதனால் இவ்வாறு நடக்கின்றது என்று குற்றம் கூறுவார்கள்.

ஊர்த்தோட்டிக்கு வேறு சில முக்கியமான வேலைகளும் உள்ளன. மேல்சாதியினரின் வீட்டில் ஒருவர் இறந்துவிட்டால் இச்செய்தியை அவர்களுடைய உறவினர்களுக்கு தோட்டிதான் சென்று தெரிவிக்க வேண்டும். இதற்குக் கூலியாக தானியம் கொடுப்பார்கள். தப்பட்டை, தாசா, துடும்பு போன்ற இசைக்கருவிகள் முழங்க இழவுக்கு வரும் உறவினர்களை எதிர்கொண்டு அழைக்க வேண்டும். இதற்கு அவர்கள் கூலியாகக் கொடுக்கின்ற தொகையைப் பெற்றுக்கொள்ளவேண்டும். தோட்டியோ, வெட்டியானோ சுடுகாட்டிற்குச் சென்று புதைப்பதற்கோ எரிப்பதற்கோ தேவையானவற்றைச் செய்து வைக்கவேண்டும். பிணத்தின் முன் தப்பட்டை, துடும்பு போன்றன முழங்கிக்கொண்டு செல்லவேண்டும். இதைச் சரியாகச் செய்யவில்லை என்றால் ஊர்ப் பஞ்சாயத்து கொடுக்கின்ற தண்டனையை ஏற்றுக்கொள்ளவேண்டும். இது காலம் காலமாக உயர்சாதியினர் பாதுகாத்துவந்த சட்டமாக உள்ளது.

ஊருக்கு ஒதுக்குப்புறமுள்ள பகுதியில் இவர்கள் வாழ்வார்கள். இப்பகுதியைப் பறையர் சேரி என்று அழைப்பார்கள். இவர்களுக் கென்று நிலமோ, சொத்தோ கிடையாது. இவர்களிடம் இருந்தாலும் அதை உயர்சாதியினர் பறித்துக்கொள்வார்கள். இது ஊர்க் கட்டுப்பாடு. சேரிப் பெண்களைப் பாலியல் பலாத்காரம் செய்வதையும், கற்பழிப்பதையும் ஏனென்று கேட்க முடியாது. மனுவின் இந்த மதக் கோட்பாடுகளை மாறாமல் வைத்திருக்கும் மன்னர்கள் இவர்கள். இதற்குக் காரணம் தாழ்த்தப்பட்டோரின் எண்ணிக்கை குறைவு. மேல்சாதியினரின் எண்ணிக்கை அதிகம் இருப்பதால் அவர்களை எதிர்த்துக் கேள்வி கேட்க இயலாது.

சேரிப்பிள்ளைகளைப் பள்ளியில் சேர்ப்பதிலும் பல வஞ்சகங்கள் நடைமுறைப்படுத்தப்பட்டன. பள்ளியில் சேரிப்பிள்ளைகள் மற்ற

பிள்ளைகளுடன் சரிசமமாக அமர்ந்து படிக்கக்கூடாது. மற்ற பிள்ளைகள் முன்புறமும், இவர்கள் பின்புறமும் அமர்ந்து பாடம் கற்கவேண்டும். தண்ணீர்க் குடங்களில் பிற சமூகத்தினர் தண்ணீர் குடிக்கலாம். சேரிப்பிள்ளைகள் இரண்டு கைகளையும் கூப்பி பிறர் ஊற்ற, இவர்கள் குடிக்க வேண்டும். குடுவையிலுள்ள கோப்பையில் தண்ணீர் எடுத்துக் குடித்தால் சேரிப்பிள்ளைகளை அடிப்பார்கள். தேநீர் விடுதிகளில் இரட்டைக் குவளைமுறை நடைமுறையில் இருந்தது. தீண்டத்தகாதவர் என்றும், அவர்களுக்குத் தனி இடம், தனியான குவளை என்பதும் உயர்சாதியினரின் அதிகாரமாக இருந்தது. அரசு அலுவலர்களோ, காவல்துறையைச் சார்ந்தவர்களோ ஊருக்கு வந்தால் அவர்களுடன் உயர்சாதியினர் இதமாகப் பேசி நடவடிக்கை எடுக்காமல் அனுப்பிவிடுவார்கள். ஏனெனில் அலுவலர்களாக இருப்பவர்கள் மேல்சாதியைச் சார்ந்தவர்கள். அதனால் நீதி கிடைக்காது. தாழ்த்தப்பட்டவர்களின் எண்ணிக்கை மற்றவர்களை விடக் குறைவாக இருந்ததே இதற்கு முதன்மையான காரணம்.

சுடுகாடு

தாழ்த்தப்பட்டவர்களின் சுடுகாடு என்பது பெரும்பாலான ஊர்களில் உள்ள மிகப் பெரிய பிரச்சினையாக உள்ளது. அரசாங்கம் சுடுகாட்டிற்கு இடம் ஒதுக்கிக் கொடுத்தாலும் அதற்கு வழிவிடுவதிலும், ஊரில் நுழைந்து செல்வதிலும் சிக்கல் இல்லாத ஊர்களே இல்லை என்று கூறலாம். அப்பகுதியிலுள்ள பண்ணையார், கிராம நிர்வாக அதிகாரிகள் அப்பகுதியை ஆக்கிரமிப்புச் செய்ய அனுமதிப்பார்கள். புறம்போக்கு நிலத்திலுள்ள சுடுகாட்டைக்கூட மேல்சாதியினர் தங்களுடைய நிலமாக மாற்றிக்கொள்வார்கள். இதைக் கேட்க முடியாது. அரசு அலுவலர்களும், காவல்துறையினரும் மேல்சாதியினருக்குத் துணையாக இருப்பார்கள். இதை நீதிமன்றத்திற்குக்கூட எடுத்துச் செல்ல இயலாத நிலையில் பல ஊர்களில் சச்சரவுகள் இருந்துவருகின்றன.

உயர்சாதி கிராமங்களில் நடைபெறுகின்ற மாரியம்மன் பண்டிகை, பொங்கல், தேர்த்திருவிழா போன்ற பண்டிகை நாட்களில் திருவிழாவிற்குத் தேவையான பணிகளைச் செய்வது சேரிமக்களுடைய பணியாகும். ஊர்த்தோட்டி மாவிலைக் கொத்துக்களையும் வேப்பிலைக் கொத்துக்களையும் கொண்டுவந்து வைக்கோல் புல்லைக் கயிறாகத் திரித்து அதில் இவற்றைச் செருகி தோரணங்கள்

கட்டுவார்கள். தோரணங்கள் கிராமத்தின் நுழைவாயில்களில் கட்ட வேண்டும். பெரிய தோரணம் ஒன்று கோயிலின் முன் கட்டுவார்கள். தப்பட்டை, துடும்பு, உறுமி போன்ற இசைக் கருவிகளை முழக்கி கோயிலின் முன் ஊர்மக்களைக்கூடச் செய்வார்கள். வீதி வீதியாகச் சென்று மேல் சாதியினரை அழைத்து வருவார்கள். மாரியம்மனுக்குக் கூழ் ஊற்றும் போது கூழ்ப் பானைகளை அழைத்து வருவார்கள். மேற்கண்ட செயல்களுக்கு அவர்கள் கொண்டுவரும் பானைக் கூழ்தான் இவர்களுக்கு கூலியாகக் கொடுப்பார்கள். காலையிலிருந்து மாலைவரையில் இவர்களுடைய சேவைக்குக் கூழ்தான் கூலி. அறுவடைக் காலங்களில் 'மேரை' என்ற பெயரில் ஒரு கட்டு அல்லது சுமையை ஊர்த் தோட்டிக்குக் கொடுப்பார்கள்.

உண்ணவும், உடுக்கவும், உறங்கவும் தேவையான அடிப்படை வசதிகளுக்குக்கூட சேரிமக்கள் மேல்சாதியினரையே சார்ந்து வாழவேண்டிய கட்டாயத்திற்கு இவர்கள் தள்ளப்பட்டனர். இதைத் தான் இந்து மதமும் மனுதர்ம நீதியும் போதிக்கின்றது என்பது அவர்களுடைய வாதம்.

மேலே கூறப்பட்ட பணிகளைச் செய்ய மறுக்கும் போது சேரிமக்களைத் துன்புறுத்த முற்பட்டனர். ஊரிலிருந்து தள்ளிவைக்கப் பட்டனர். அவர்களுக்கு குடிதண்ணீர் வழங்க மறுக்கப்பட்டது. மானிய நிலங்கள் மேல்சாதியினரால் கையகப்படுத்தப்பட்டன. கடைகளில் பொருள்கள் வாங்க தடைசெய்தனர். மேல்சாதியினர் யாரும் இவர்களுக்கு வேலை கொடுக்கக் கூடாது என்று கட்டுப்பாடு விதித்தனர். காவல்நிலையத்தில் புகார் கொடுத்தாலும் அவர்கள் மீது நடவடிக்கை எடுக்க மறுத்தனர். அவர்களுக்கு அடிமைகளாகவே இருக்க வேண்டும் என்று எண்ணினார்கள். தீண்டத்தகாதவர்கள் என்றும் அடிமைகள் என்றும் இருந்தவர்கள் நமக்குச் சமமானவர்கள் என்ற அரசியல் சட்டங்களையும், அம்பேத்கர், தந்தை பெரியார் போன்றவர்கள் கொண்டுவந்த சமத்துவக் கோட்பாடுகளையும் இவர்களால் ஏற்றுக்கொள்ள இயலவில்லை.

சாவுச் சடங்குகள்

இந்த இனமக்களின் சாவுச் சடங்கு மிகமுக்கியமான சடங்காகும். ஒருவர் இறந்துவிட்டால் இச்செய்தி முதலில் ஊரிலுள்ளவர்களுக்குத் தெரிவிப்பார்கள். ஊரிலுள்ளவர்கள் ஒன்றாக இணைந்து செய்ய வேண்டிய காரியங்களைக் கவனிப்பார்கள். இறந்தவருக்குப் பாதபூசை

செய்வது முதல் சடங்காகும். பாதபூசையை இறந்தவரின் மகன் அல்லது சகோதரர்கள் மட்டும் செய்யவேண்டும் என்பது குறிப்பிடத் தக்கது. மற்றவர்களைப் பெரும்பாலும் செய்ய அனுமதிப்பது இல்லை. முதலில் நெற்றி, கைகள், மார்பு, கால்கள் ஆகியவற்றில் திருநீறு பூசுவார்கள். அதன் மேல் சிவப்புநிறப் பொட்டு வைப்பார்கள். ஊதுவத்தி கொளுத்துவார்கள். படி ஒன்றில் அரிசியை அல்லது நெல்லை நிரப்பி அதில் காமாட்சியம்மன் விளக்கு ஒன்றை கால்களுக்கு முன்னர் வைத்து விளக்கை ஏற்றுவார்கள். காமாட்சி யம்மன் விளக்கு உடலை அடக்கம் செய்யும் வரையில் அணையாமல் எரியவேண்டும் என்பது முக்கியமானது. இதன் பின்னர் வெற்றிலை பாக்கு வைத்து, தேங்காய் உடைத்து, கற்பூரம் ஏற்றி வணங்குவார்கள். இதைத்தான் பாதபூசை செய்வது என்று கூறுகின்றனர்.

இறந்தவரின் கால்களில் உள்ள பெருவிரல்களை ஒன்றாகச் சேர்த்து சிறிய துணியால் கட்டுவார்கள். அதைத் தொடர்ந்து இரண்டு கைகளையும் இணைத்து, கைகளிலுள்ள பெருவிரல்களை ஒன்றாகச் சேர்த்து அதையும் சிறிய துணியால் கட்டுவார்கள். உயிர் போன பின்பு வாய் திறந்த நிலையில் இருக்கும். இதனால் வெற்றிலை, பாக்கு ஆகியவற்றைக் கொண்டு இடித்து அதை ஒரு துணியில் வைத்து வாயில் வைத்துக் கட்டுவார்கள். வீட்டிற்கு வெளியில் ஒரு பெரிய விறகுக் கட்டையைக் கொண்டுவந்து வைத்து தீமூட்டுவார்கள். இதைப் பங்காளிகள் மட்டும் செய்ய வேண்டும் என்பது முறை. இத்தீயைக் கொள்ளிக்கட்டை என்று அழைக்கின்றனர். இறுதியில் சுடுகாடு வரையில் இதை எடுத்துச் செல்லவேண்டும்.

இச்செயலுக்குப் பின் வெளியூரிலுள்ள சொந்தக்காரர்களுக்கு சாவுச் செய்தி சொல்லி அனுப்புவார்கள். ஊர் ஏகாளியை வரவழைப்பார்கள். இரண்டாவது சடங்காக ஊர்க்கோடி எடுத்து வருவதற்காக மணியகாரன், எஜமானன் மற்றும் சிலர் செல்வார்கள். ஊர்க்கோடி என்பது உடலை அடக்கம் செய்யத் தேவையான பொருள்களை வாங்கி வருகின்ற செயல். சீயக்காய்தூள், எண்ணெய், வெற்றிலை பாக்கு, தேங்காய், ஊதுவத்தி, கோடித்துணி, பூமாலை, மூங்கில் தட்டு, புதிய மட்கலங்கள் இரண்டு போன்றன வாங்கிவருவார்கள். இதில் சாராயமும் அடங்கும். கோடித்துணி என்பது ஆண்களுக்கு வெள்ளைத் துணியும், பெண்களுக்கு சிவப்புப் புடைவையும் எடுத்து வருவார்கள்.

மூன்றாவதாக இறந்தவரை இடுகாட்டுக்கு எடுத்துச்செல்ல உதவும் பாடை கட்டத் தேவையான பொருள்களை வாங்கிவருவார்கள்.

பாடை கட்டுவதற்கென்று தனி ஆட்களும் உண்டு. மூங்கில் மற்றும் நீண்ட கொம்புகளைக் கொண்டு பாடை கட்டுவார்கள். இதில் சாதாரண பாடை, தேர்ப்பாடை, முத்துப்பாடை போன்று சில வகைகள் உள்ளன. பூசாரியாக இருந்தால் பாடையின்றி எடுத்துச் செல்லுகின்ற வழக்கமும் உண்டு.

பொரி வறுத்தல் என்பது மற்றொரு சடங்கு. இச்சடங்கை வயதான விதவையாக உள்ளவர் செய்யவேண்டும் என்பது வழக்கம். ஒரு கொடியைச் சார்ந்தவருக்கு மற்றொருக் கொடியைச் சார்ந்தவர் பொரி வறுக்க வேண்டும் என்பது எழுதப்படாத சட்டம். முதலில் நெல்லைக் கொண்டு வந்து ஒரு சிறிய தட்டைப் போன்ற மண் பாத்திரத்தில் வறுப்பார்கள். பின்னர் பிண்டசசோறு என்று அரிசியையும், அகத்திக் கீரையையும் சேர்த்து சோறு செய்வார்கள். இதைச் செய்வதற்குப் பொரிவறுத்தல் என்று பெயர்.

வெளியிலிருந்து வருபவர்களில் மாமன் மச்சான் உறவு முறை உள்ளவர்கள் மட்டும் கோடி என்ற துணியைக் கொண்டுவருவார்கள். இதில் கோடித்துணி, வெற்றிலை பாக்கு, மஞ்சள், சீயக்காய்தூள், ஊதுவத்தி, எண்ணெய், தேங்காய், ஒரு குடத்தில் தண்ணீர், பூமாலை போன்றவை இருக்கும். சகோதர உறவுமுறையில் உள்ளவர்கள் பூமாலையை மட்டும் கொண்டு வருவார்கள். கோடி கொண்டுவருவது இல்லை. சகோதரர்களாக இருப்பதால் இவர்கள் இரத்த உறவு கொண்டவர்கள்.

இறந்தவருக்குச் சடங்கு செய்ய ஊரில் துணிவெளுப்பவர் அல்லது ஏகாளி 12 மூங்கில் குச்சிகளைத் தயாரித்து அதன் முனையில் வெள்ளைத் துணியைச் சுற்றி எண்ணெய்யைத் தடவிவைப்பார். கோடி துணிகளைப் பிரித்துத் தாய்வீட்டுத் துணியைத் தனியாக எடுத்து வைப்பார். தாய்வீட்டுக் கோடித்துணிதான் முதன்மையான துணி என்பதுடன் இவர்களுக்கிடையில் உள்ள இறுதியான உறவு என்பதைக் காட்டுகின்ற காரணத்தால் அதை மேலே போடுவார்கள். மற்ற கோடி துணிகள் கீழே இருக்கும்.

எல்லா உறவினர்களும் வந்த பின்னர் இறந்தவரின் உடலுக்கு உச்சந்தலையில் எண்ணெய் வைக்கும் சடங்கு நடைபெறும். இறந்த உடலை ஒரு மரப்பலகையின் மேல் படுக்கவைப்பார்கள். எண்ணெய் ஒரு தட்டிலும், சீயக்காய் தூளை எண்ணெய்யில் கலந்த கலவையை ஒரு தட்டிலும் எடுத்துக்கொள்வார்கள். நெருங்கிய உறவுமுறையில்

உள்ளவர்கள் முதலில் அதாவது மனைவி, கணவன், மகன், சகோதரர்கள் போன்றவர்கள் எண்ணெய்யையும் சீயக்காய் கலவையையும் இறந்தவரின் தலையில் வைப்பார்கள். அதைத் தொடர்ந்து மற்ற உறவினர்கள் வைப்பார்கள். எல்லோரும் எண்ணெய் வைத்த பின்பு கோடியுடன் வந்த தண்ணீரை ஊற்றி சுத்தம் செய்வார்கள். அந்தத் தண்ணீரை இரத்த உறவுகொண்ட உறவுகளின் மேலும் ஊற்றுவார்கள். விரித்து வைத்துள்ள கோடித்துணியின் மேல் கிழக்கு மேற்காக இறந்தவரின் உடலைப் படுக்க வைப்பார்கள். நெற்றி, மார்பு, கைகள் போன்ற இடங்களில் திருநீறு பூசுவார்கள். இரத்த உறவுகொண்ட எல்லோருக்கும் தாய்மாமன் திருநீறு பூசுவார். தாய்க்குத் தலைமகன், தந்தைக்கு இடைமகன் கொள்ளி வைக்க வேண்டும் என்பது வழக்கம். *தாய்க்குத் தலைப்பிள்ளை, தந்தைக்கு இடைப்பிள்ளை* என்பது பழமொழி. கொள்ளிவைக்கும் பிள்ளையின் கையில் காமாட்சியம்மன் விளக்கைக் கொடுத்தும், மற்ற இரத்த உறவுகொண்ட சகோதர, சகோதரிகள், பேரப்பிள்ளைகள் மூங்கில் குச்சியில் செய்து வைத்திருக்கும் கொள்ளிக்கட்டைகளில் தீயை வைத்து எல்லோருடைய கைகளிலும் ஒவ்வொன்று கொடுத்து, வரிசையாக ஒருவர்பின் ஒருவர் இறந்தவரின் உடலை மூன்று முறை சுற்றிவருவார்கள். அதன் பின்னர் கொள்ளி வைக்கும் உரிமை உள்ளவர் தேங்காய் உடைத்து, கற்பூரம் ஏற்றி வணங்குவார்கள். இறந்தவருக்குப் பாதபூசை செய்த போது கை, கால் விரல்களில் கட்டிய துணிக்கயிற்றைக் நீக்கிவிட்டு, புதியதாக மீண்டும் கட்டுவார்கள். வாய்க்கு வெற்றிலை பாக்கு வைத்து இடித்து வாயில் வைத்துக் கட்டுவார்கள்.

முகம் மட்டும் தெரிகின்ற அமைப்பில் கோடித்துணியைக் கொண்டு இறந்தவரின் உடலைக் கட்டுவார்கள். இதை எடுத்துச் சென்று பாடையில் வைத்துப் பாடையுடன் சேர்த்துக் கட்டுவார்கள். மாமன் மச்சான் உறவு முறை உடையவர்கள் பாடையைத் தூக்கிச்செல்வார்கள். பாடையைச் சுடுகாட்டிற்கு எடுத்துச் செல்லும் வழிநெடுகிலும் ஏகாளி என்பவர் தரையில் நடைபாவாடையை (புடவைகள்) விரித்துச் செல்வார். சுடுகாட்டுக்கு முன்னர் நடுகட்டு என்ற ஒரு இடத்தில் இறக்கி வைப்பார்கள். நடுகட்டு என்பது ஊருக்கும் சுடுகாட்டிற்கும் இடையே உள்ள இடம். நடுகாடு என்பதுதான் மருவி நடுகட்டு என்று வந்திருக்கலாம். இங்கு சில சடங்குகள் செய்வார்கள். கொள்ளி வைப்பவரின் தலையில் முக்காடு போடச் சொல்லி, அவர் கையில் பிண்டச் சோறு செய்த மட்கலத்தைக் கொடுத்து வலது கையில் பிடித்துக் கொண்டு இடது கையில் அந்தச் சோற்றை மூன்று திசைகளில் வைக்கச்

சொல்வார்கள். ஒரு திசையில் வைக்கமாட்டார்கள். நான்கு திசைகளில் ஒன்றான கடவுள் திசை என்பதால் அங்கு பூவை வைப்பார்கள். பிண்டச்சோறு வைக்கும் இடத்தை ஏகாளி வட்டம் போட்டுக் காட்டுவார். பின்னர் கற்பூரம் ஏற்றிய பின்னர் பாடையை எடுத்துச் செல்வார்கள். பெண்கள் இத்துடன் நின்றுவிடுவார்கள். சுடுகாட்டிற்கு வருவதில்லை.

ஒவ்வொரு கூம்பில் இறந்தவர்ளை ஒவ்வொரு பகுதியில் அடக்கம் செய்ய வேண்டும் என்று சுடுகாட்டில் இடம் பிரித்து வைத்திருப்பார்கள். இந்த முறை எல்லா சாதியினரிடமும் உள்ள நடைமுறை. மாமன் மச்சான் உறவு முறை உள்ளவர்கள் சுடுகாட்டில் குழியை வெட்டவேண்டும் என்பது வழக்கம். இறந்தவரின் உடலைக் குழியின் மேற்குப் பக்கத்தில் வைத்துவிட்டு, பாடையை நீக்கிவிட்டுக் குழியில் இறக்குவார்கள். கை, கால்களிலுள்ள கட்டுகளை அறுத்து விடுவார்கள். உடலில் உள்ள நகைகளை எடுத்துவிடுவார்கள். வாய்க்கரிசி என்ற மஞ்சள் நீரில் கலந்த அரிசையை எல்லோரிடமும் கொடுத்து இறந்தவரின் மேல் போடுவார்கள். சுடுகாட்டிற்கு வந்தவர்கள் அனைவரும் இரண்டு கைகளால் மண்ணை எடுத்து இறந்தவரை வணங்கி மூன்றுமுறை மண்ணிடுவார்கள். அதன் பிறகு மண்ணைப் போட்டு மூடுவார்கள். குழியின் மேல் பகுதியில் தலை மற்றும் கால்பகுதியில் இரண்டு பெரிய கற்களை வைத்து அதற்கு மஞ்சள் குங்குமம் வைப்பார்கள். கால்பகுதியில் வெற்றிலை பாக்கு தேங்காய் போன்றவற்றை வைத்து ஊதுவத்தி கொளுத்துவர். தண்ணீர்க் குடத்தைக் கொள்ளி வைப்பவரின் தோள் மீது வைத்து சவக்குழியை மூன்றுமுறை ஏகாளியுடன் சுற்றிவருவார்கள். அவ்வாறு சுற்றும் போது ஏகாளி வைத்துள்ள கத்தியால் மூன்றுமுறை தண்ணீர் உள்ள பானையைக் கொத்தி தண்ணீரைப் பிணக்குழியின் மீது கொட்டுமாறு செய்வார். மூன்றாவது முறை தலைப்பகுதியில் அக்குடத்தைக் கீழே போட்டு உடைத்துவிட்டுச் சென்றுவிடுவார். பாடையில் உள்ள கொம்புகளில் ஒன்றை மேற்குப் பக்கத்திலிருந்து தலைக்குப் பின்பக்கமாக குழிக்கு மேலே தூக்கி கிழக்குப் பக்கம் போட்டுவிட்டுச் சென்றுவிடுவார்கள்.

வீட்டிற்குத் திரும்பி வரும் போது நடுகட்டில் ஏகாளி ஒரு துணியை விரித்து அதில் எருக்கம் பூவை வைத்திருப்பார். அந்தத் துணியில் சுடுகாட்டிற்கு வந்தவர்கள் காசைப் போடுவது நடைமுறை. எல்லோரும் வந்து கிழக்கு நோக்கி அமர்ந்த பின்பு ஏகாளி

இறந்தவருக்குப் பால் எப்பொழுது வைப்பது என்றும், காரியம் எப்பொழுது செய்வது என்றும் கூறிய பின்பு, வீரஜாமனின் கதையைச் சொல்லுவார். இறுதியாக 'காளியம்மா கதவைத் திற வீரஜாமகா வழிவிடு, செத்தவர்கள் சொர்க்கலோகம், இருப்பவர்கள் வளர்ந் தேருங்கள்' என்றும் கூறிய பின்னர் அமர்ந்திருப்பவர்கள் எழுந்து செல்லவேண்டும். அதன் பின்னர் இறந்தவரின் வீட்டில் வைத்திருக்கும் விளக்கைப் பார்த்து விட்டுச் செல்வது நடைமுறை.

இறந்தவர்களுக்குப் பால் வைப்பது மற்றொரு சடங்கு. செவ்வாய், சனி போன்ற நாள்களில் இறந்தவர்களுக்கு அன்றே உடன்பால் வைப்பார்கள். அவ்வாறு இல்லையெனில் அடுத்த நாள் அல்லது மூன்றாம் நாள் பால்வைக்கும் சடங்கு நடைபெறும். மாலை நேரத்தில் பால் வைக்கும் சடங்கு நடைபெறும். இரண்டு சிறிய சொப்பு போன்ற குடுவைகளையும், பால் வைக்கத் தேவையான படையல் பொருள்கள், இறந்தவர் விரும்பி சாப்பிட்ட உணவுப் பொருள்கள் ஆகியற்றை வாங்கி வருவார்கள். இறந்தவரின் வீட்டுச் சுவரில் நாமம் போட்டு, வாழை இலையில் சோறு, வாழைப்பழம், வெல்லம், வறுத்த கருவாடு போன்றவற்றைக் கொண்டு படையல் வைப்பார்கள். படையல் பொருளாக மதுவை வைக்கவேண்டும் என்பது வழக்கம். இதற்குத் தளிகை போடுவது என்று கூறுகின்றனர். இதை இரத்த உறவுமுறை உடையவர்கள் மட்டும் செய்வார்கள். இதில் மாமன் மச்சான் உறவுமுறை உடையவர்கள் பங்கு கொள்ளக்கூடாது.

பால்வைத்தல்

பால்வைப்பதற்குத் தேவையான படையல் பொருள்களை, குடுவைகள், பால் போன்றவற்றை எடுத்துக்கொண்டு சுடுகாட்டிற்குப் போவார்கள். இறந்தவரை புதைத்த குழியின் மேல் வைத்துள்ள கற்களுக்கு மஞ்சள் பூசி, குங்குமம் வைத்துப் பல வகையான உணவுப் பொருள்களை வைத்துக் கற்பூரம் ஏற்றுவார்கள். பின்னர் மட்கலத்தில் உள்ள பாலைத் தலையின் அருகில் வைத்து, அதன் அருகில் ஒரு மட்கலத்தில் தண்ணீரை வைத்துப் பால் விடுவார்கள். மட்கலத்திலுள்ள பாலை எடுத்து மூன்றுமுறை குழியின் மேல் விடுவார்கள். இதைப்போன்று எல்லோரும் பாலைவிட்ட பின்னர் ஒரு மட்கலத்தை மற்றொரு மட்கலத்தின் மேல் வைத்துக் கூர்மையான குச்சியைக் கொண்டு இரண்டு பானைகளின் உட்பகுதியில் ஓர் ஓட்டையை ஏகாளி போடுவார். இரண்டு மட்கலங்களிலுள்ள பால் குழியின் உட்

பகுதியில் சென்றுவிடும். இதற்குப் பால்வைத்தல் என்று பெயர். வீட்டிற்கு வந்து கருவாடு கலந்து வைத்துள்ள படையல் சோற்றை இரத்த உறவு முறை உடையவர்கள் அதாவது அண்ணன் தம்பி உறவு உடைய பங்காளிகள் மட்டும் சாப்பிட வேண்டும் என்பது நியதி. இவர்கள் மட்டும் அதைச் சாப்பிட உரிமையுடையவர்கள். இச்சடங்கு பங்காளிகள் என்பதை நிலைநாட்டுகின்றது. அப்பொழுது அங்குள்ள சிறியவர்கள் முதல் பெரியவர்கள் வரை அனைவருக்கும் புகைபிடிக்க பீடி வழங்கப்படும்.

11 நாள் காரியம்

இறுதியாக காரியம் என்ற சடங்கை 7, 9, 11 நாள்கள் முடிந்த பின்னர் செய்வார்கள். இரண்டு நாள்கள் நடைபெறும் இச்சடங்கில் முதல் நாள் வீட்டில் காரியம் செய்வது இரண்டாம் நாள் ஆற்றுக்குச் சென்று தீட்டைக் கழிக்க நீராடுவது என்று பிரித்து வைத்துள்ளனர். முதல் நாள் கொள்ளிவைத்தவரின் தலையை மொட்டை அடிப்பார்கள். ஒருவருக்கு மொட்டை அடிக்கக் கூடாதென்று 3 அல்லது 5 பேர்களுக்கு ஏகாளி அல்லது நாவிதர் மொட்டை அடிப்பார். இறந்தவரின் வீட்டில் மேற்குப் பக்கம் உள்ள சுவரில் நாமம் போட்டு வாழையிலையில் சோற்றை வைப்பார்கள். சோற்றின் மேல் வெல்லம், வாழைப்பழம், நல்லெண்ணெய் அல்லது நெய் போன்றவற்றைச் சேர்த்து வைப்பார்கள். இது பெருமாள்சாமிக்குப் போடப்படுகின்ற தளிகைச் சோறு என்று கூறுவார்கள். இது முழுவதும் சைவச் சாப்பாடு. இதற்குப் பெருமாள் தளிகை என்று பெயர். முதலில் போட்ட தளிகைச் சோற்றுக்கு இடையில் ஒரு கோல்வைத்துத் துணியால் மறைத்துவிட்டு, அருகில் மூன்று வரிசைகளில் குங்குமப் பொட்டு வைப்பார்கள். இதைப் போன்று மற்றொரு தளிகைச் சோறு இறந்தவருக்காகப் போடுவார்கள். அதில் கறிக்குழம்பு சேர்த்துப் படைப்பார்கள். மது படையல் பொருள்களில் முதன்மையானது. இறந்தவர்களுக்காகப் படைக்கப் பட்ட சோற்றை இரத்த உறவுமுறை கொண்டவர்கள் அல்லது பங்காளிகள் மட்டும் சாப்பிடுவார்கள். பெருமாள்சாமிக்குப் படைத்த சோற்றை மாமன் மச்சான் உறவுமுறையில் உள்ளவர்கள் மட்டும் சாப்பிடுவார்கள். இதில் அதிக கவனம் காட்டுவார்கள். சுவரில் பொட்டு வைத்து தளிகை போடுவது மூதாதையர் வழிபாடாகும்.

கணவன் இறந்துவிட்டால் காரியம் செய்யும் நாளில் தாலியை அறுப்பது ஒரு வகையான சடங்காகச் செய்கின்றனர். மாட்டுச்

சாணியைக் கொண்டு சதுர அமைப்புடைய கட்டம் ஒன்றைக் கட்டுவார். அதில் கணவனை இழந்த பெண்ணைக் கிழக்குப் பக்கம் நோக்கி நிறுத்துவார்கள். இதற்குக் கிழக்குப் பக்கம் வாயில் இருக்கும். இதை ஊர் ஏகாளி செய்வார். கணவனை இழந்த பெண்ணை அந்தக் கட்டத்தின் உட்பகுதியில் நிறுத்தி வைத்து, முதலில் வளையல்களை உடைப்பார். அதன் பின்னர் கழுத்திலுள்ள தாலியை அறுப்பார். இதையும் ஊர் ஏகாளி செய்வார். அதன் பின்னர் தண்ணீர் ஊற்றுவார்கள். 7 குடம் தண்ணீர் ஊற்றிய பின்னர் கட்டிக்கொண்டு இருக்கும் துணியை அங்கே விட்டுவிட்டு வெள்ளைப் புடவையைக் கட்டுவார்கள். அந்த நேரத்தில் பெண்கள் எல்லோரும் ஒப்பாரி வைத்து அழுவார்கள். கூந்தலை விரித்துவிட்ட நிலையில் படையல் போடப்பட்டுள்ள இடத்திலுள்ள கற்பூரத்தைக் கும்பிடுவார். இதன் பின்னர் இந்தப் பெண்ணுக்கு விதவை என்று பெயர் சூட்டப்படும்.

அடுத்த நாள் இறந்தவரை அடக்கம் செய்த குழியிலிருந்து சிறிது மண்ணை எடுத்துக்கொண்டு ஆற்றுக்குச் செல்வார்கள். எல்லோரும் குளித்து முடித்த பின்னர் ஆற்றில் சிறிய மண்பொம்மையைச் செய்து, அதற்கு மஞ்சள், குங்குமம் வைத்து இறந்தவரின் உருவமாக எண்ணி வழிபடுவார்கள். அதன்முன் இறந்தவரின் பழைய துணி, வெற்றிலை பாக்கு போன்றவற்றை வைத்துத் தேங்காய் உடைத்துக் கற்பூரம் ஏற்றுவார்கள். அதன் பின்னர் அவருடைய துணியையும், வெற்றிலை பாக்கு உட்பட எல்லாவற்றையும் வாழை இலையில் வைத்துக் கற்பூரம் ஏற்றி ஓடுகின்ற தண்ணீரில் மிதக்கவிடுவார்கள். ஓடுகின்ற நீரில் அவை மிதந்து சென்றுவிடும். இவ்வாறு செய்வதால் இறந்தவர் கடவுளாக விண்ணுலகை அடைந்துவிட்டார் என்பது இவர்களுடைய நம்பிக்கை. பிராமணர்களை எந்தவிதமான சடங்கிற்கும் இவர்கள் அனுமதிப்பதில்லை.

வாத்தியங்கள்

ஆதி காலத்திலிருந்து இசை என்பது சமுதாயத்தின் ஓர் அங்கம். இசையை உருவாக்கத் தேவையான இசைக்கருவிகளை அல்லது வாத்தியங்களை இனக்குழு மக்களே உருவாக்கி இசையை வளர்த்தனர். இத்தகைய வாத்தியங்களை அல்லது இசைக் கருவிகளை வரலாற்றுக் காலத்திற்கு முற்பட்ட இசைக் கருவிகள், வரலாற்றுக் காலத்திய இசைக் கருவிகள் என்று இரண்டு வகையாகப் பிரிக்கலாம். ஆதி காலத்தில் இனக்குழு மக்களால் உருவாக்கப்பட்ட வாத்தியங்கள் பிற்காலத்தில் நாகரிக வளர்ச்சிக்கு ஏற்றாற் போன்று மாற்றப்பட்டன.

அக்கால வாத்தியங்களைப் பற்றித் தெரிந்துகொள்ள போதுமான சான்றுகள் இல்லை. எனவே தற்போதுள்ள பழங்குடி மக்களிடம் உள்ள வாத்தியங்களைக் கொண்டும், காலத்தால் முற்பட்ட சங்க இலக்கியங்களின் துணையுடனும் இவற்றை ஊகிக்க முடியும்.

சங்க இலக்கியங்கள் சுமார் 2,500 ஆண்டுகளுக்கு முற்பட்டவை. இவற்றில் எத்தகைய வாத்தியங்கள் அக்காலத்தில் புழக்கத்தில் இருந்தன என்பதைப் பற்றிய செய்திகள் காணப்படுகின்றன. சங்ககால இலக்கியங்களில் காணப்படுகின்ற வாத்தியங்களில் 75 விழுக்காடு வாத்தியங்கள் பறை என்ற வகையைச் சார்ந்தவை. அரிப்பறை, ஆனந்தப்பறை, ஆகுளிப்பறை, ஒருகட்பறை, சல்லிப் பறை, தடாரிப் பறை, போர்ப்பறை, மணப்பறை, ஏற்றுத்தோல்முரசம், காலைமுரசம், பலிபெறுமுரசம், வீரமுரசம், முழவு போன்றன அவற்றில் சில. இவை அனைத்தும் தோலைக் கொண்டு உருவாக்கப் பட்டவை. தற்போது நடைமுறையில் தப்பட்டை அல்லது பலகை, தாசா, துடும்பு, உறுமி, தோள், மண்மத்தளம் போன்ற வாத்தியங்கள் மட்டும் உள்ளன. சங்ககாலத்தில் இருந்த பெயர்கள் தற்போது மாறியிருக்கலாம். போது மான சான்றுகள் இல்லாததால் இதை உறுதியாகக் கூற முடியவில்லை.

வாத்தியக் கருவிகளின் நடை அல்லது கஸ்தி

இனக்குழு மக்களிடம் இருந்த வாத்தியங்களில் ஒன்று முதன்மையான வாத்தியமாகவும் மற்றவை பக்க வாத்தியங்களாகவும் இருந்தன. நாதஸ்வரம் முதன்மையான வாத்தியமாகவும் இரண்டு தவில்கள், தாளம் போன்றன பக்கவாத்தியமாக உள்ளது போன்று பழமையான இசைக் கருவிகளிலும் உள்ளன. பலகை அல்லது தப்பட்டை என்ற வாத்தியம் முதன்மையாது. இதற்குப் பக்க வாத்தியங்களாக தாசா, துடும்பு, உறுமி, தோள், மண்மத்தளம் போன்றன உள்ளன. பலகை முதன்மையான வாத்தியம். இதுதான் இசைக்கருவிகள் அனைத்தையும் வழிநடத்துகின்றது. தாசா என்ற வாத்தியம் இரண்டாவது இடத்தில் உள்ளது. சில நேரங்களில் பலகையும் தாசாவும் மட்டும் இணைந்து வாசிப்பது உண்டு. ஆனால் துடும்பு, மண்மத்தளம், தோள் ஆகியன தனியாக வாசிக்க இயலாது. உறுமி சில நேரங்களில் தனியாக வாசிப்பது உண்டு. ஆனால் விழாக் காலங்களில் பலகை, தாசா ஆகியன இல்லாமல் தனியாக வாசிப்பது இல்லை.

மேலே கூறப்பட்ட எல்லா வாத்தியங்களும் ஒன்றாக இணைந்து வாசிப்பது முழுமையான வாத்தியமாகக் கருதுகின்றனர். ஆனால்

பறை அடித்தல்

துடும்பும், மண்மத்தளமும் வேறு வேறு இசையைக் கொடுக்கக் கூடியன. அதாவது பலகை, தாசா, துடும்பு, தோள் இவை ஒருவகையான இசையைக் கொடுக்கின்றன. இதற்கு ஒரு வகையான இசை நடை அல்லது கஸ்தி உள்ளது. இதைப் போன்று பலகை, தாசா, மண்மத் தளம் ஆகின ஒருவகையான இசையைக் கொடுக்கின்றன. இதற்கு ஒரு வகையான இசைநடை உள்ளது. இவை ஒவ்வொன்றுக்கும் ஒவ்வொரு வகையான நடை அமைப்பு அல்லது தாள அமைப்பு உள்ளது. இவை அனைத்தும் ஒன்றாக இணைந்து வாசிக்கும்போது ஒருவகையான தாள அமைப்பும், தனித்தனியாக வாசிக்கும்போது ஒருவகையான தாள அமைப்பும் உருவாக்கி வைத்துள்ளனர். இதிலும் 12 வகையான தாள அமைப்பு அல்லது நடை அமைப்பு உள்ளது. இதற்கும் ஆதி, ஜம்பை போன்ற பெயர்கள் உள்ளன. வாத்தியக் கருவிகள் ஒரேவகையைச் சார்ந்ததாக இருந்தாலும் திருமணத்திற்கு ஒரு வகையான தாள அமைப்பும், கடவுள் வழிபாட்டிற்கு ஒரு வகையான தாள அமைப்பும், இறந்தவர்களுக்கு ஒருவகையான தாள அமைப்பும் வைத்துள்ளனர். இதை இவர்கள் 'கஸ்தி' என்று கூறுகின்றனர். சாமி கஸ்தி, கல்யாண கஸ்தி, சாவு கஸ்தி, புலியாட்ட கஸ்தி என்று ஒவ்வொன்றுக்கும் ஒவ்வொரு பெயர் வைத்துள்ளனர். கஸ்தி என்பது

கன்னடச் சொல்லாக இருக்கலாம். இச்சொல்லைக் கன்னடம் பேசுகின்ற மக்கள் மட்டும் பயன்படுத்துகின்றனர். இந்த வாத்தியங் களைப் பறையர் இனமக்கள் மட்டும் வாசிக்கின்றனர். திருமணம், திருவிழாக்கள், தெய்வ வழிபாடு, இறந்தவர்களுக்கு அடிக்கின்ற மேளம் போன்றவற்றில் இவர்கள் வாசிக்கின்றனர். இவை ஒவ்வொன்றுக்கும் ஒவ்வொரு வகையான தாள நடை அல்லது தாள அமைப்பு உள்ளது. அதை அடிப்படையாகக் கொண்டு வாசிப்பார்கள்.

வாத்தியங்களைச் செய்யும்முறை

எல்லா வாத்தியங்களையும் இவர்களே வடிவமைத்துக் கொள் கின்றனர். ஆடு, மாடு, எருமை, உடும்பு போன்றவற்றின் தோல்களைக் கொண்டு இக்கருவிகளை உருவாக்குகின்றனர். எந்தெந்த வாத்தியத் திற்கு எந்தெந்தத் தோலைப் பயன்படுத்தினால் நல்ல ஓசை வரும் என்பதைத் தெரிந்து வைத்துள்ளனர். வயது குறைந்த கன்று அல்லது குட்டிகளின் தோலாக இருந்தால் பலகை, தாசா போன்ற வற்றுக்குப் பயன்படுத்துகின்றனர். வயது முதிர்ந்த கால்நடைகளின் தோல்கள் மற்ற வாத்தியங்களுக்குப் பயன்படுத்துகின்றனர். தோலைப் பதப் படுத்தியும், அதிலிருந்து வார் எடுத்தும் வாத்தியத்தை உருவாக்கவும் தெரிந்திருக்கின்றனர். தோலைப் பதப்படுத்தும் முறையையும் தெரிந்துவைத்துள்ளனர். முதலில் தோலைப் பதப்படுத்துவதற்காக, தோலின் உட்பகுதியில் சாம்பலைத் தடவுவார்கள். தோலை எல்லாப் பக்கங்களிலும் விரித்து, இழுத்துக் கட்டிவிட்டு, அதன் பின்னர் தோலின் உட்பகுதியில் சாம்பலைத் தடவுவார்கள். சாம்பலைத் தடவுவதால் அத்தோலின் உட்பகுதியில் இருக்கும் தண்ணீர் வற்றி விடும். தோல் நன்கு உலரும் வரையில் சாம்பலை நாள்தோறும் தடவுவார்கள்.

அதன் பின்னர் அத்தோலின் மேல் உள்ள முடியைக் கத்தி போன்ற கருவியைக் கொண்டு நீக்குவார்கள். இசைக்கருவியைக் கட்டத் தேவையான கயிறு போன்ற வாரையும் அதிலிருந்து வெட்டி எடுப்பார்கள். எந்த இசைக் கருவியை உருவாக்க நினைக்கின்றனரோ அதற்கு ஏற்றாற் போன்று தோலை வெட்டி எடுத்துக்கொள்வார்கள். அதன் பின்னர் வாத்தியத்தின் சட்டத்தைத் தோலின் மேல் வைத்து, இரும்பு வளையங்களை வைத்தும், தோலின் வார்களைக் கொண்டும் இழுத்துக் கட்டுவார்கள். இரண்டு நாள்கள் அல்லது மூன்று நாள்கள் இதைப் போன்று நாள்தோறும் இழுத்துக் கட்டுவார்கள். அவ்வாறு

செய்வதால்தான் வாத்தியத்தின் ஓசை நன்றாக வரும் என்று கூறுகின்றனர். வாத்தியங்களுக்கு மண்ணால் செய்து சுடப்பட்ட சட்டிகளும், இரும்புச் சட்டங்களும் பல அளவுகளில் தயாரித்து வைத்திருப்பார்கள். இவற்றில் ஒருபக்கம் ஓசை வருகின்ற வாத்தியங்கள் என்றும் இரண்டு பக்கங்களில் ஓசை வருகின்ற வாத்தியங்கள் என்றும் இரண்டு வகைகள் உள்ளன. மண்மத்தளம், உறுமி போன்றன இரண்டு பக்கங்களில் ஓசை வருகின்ற வாத்தியங்கள். மற்றவை ஒரு பக்கம் ஓசை வருகின்ற வாத்தியங்கள். பொதுவாக எல்லாப் பழங்குடி மக்களும் அவர்களுடைய இசைக் கருவிகளை அவர்களே உருவாக்கவும் வாசிக்கவும் தெரிந்து வைத்துள்ளனர்.

உறுமியில் இரண்டு வகை உள்ளது. ஒன்று சாதாரண உறுமி. மற்றொன்று தலை உறுமி. தலையில் கட்டிக்கொண்டு அடிப்பதால் அதற்குத் தலை உறுமி என்று பெயர். இது பெரும்பாலும் ஓசூர் பகுதியில் இன்றும் வாசிக்கின்றனர். இதைத் தலையில் கட்டிக் கொண்டு கைகளால் வாசிப்பார்கள். பயிற்சி எடுக்காதவர்கள் வாசிக்க இயலாது. நடனம் ஆடிக்கொண்டு வாசிப்பதற்கு இந்த இசைக் கருவி ஏற்றதாக உள்ளது.

விழாக் காலங்களில் இசைக் கருவிகளுக்கு பூசை செய்து அவற்றை வணங்கி வாசிப்பது வழக்கம். விழா நேரங்களில் தெய்வத்தை வரவழைப்பதற்குத் தனியான தாள அமைப்பு உள்ளது. இதை வாசித்தால் கடவுள் மனிதர்களின் மேல் வந்து இறங்குவார் என்று நம்புகின்றனர். இன்றுவரையில் இந்தத் தாள அமைப்பு நடைமுறையில் உள்ளது.

8

ஊர்ப் பண்டிகையும் அதன் நோக்கமும்

ஊர்ப்பண்டிகை என்பது தருமபுரி, கிருஷ்ணகிரி மாவட்டங்களில் மட்டும் இன்று வரையில் கொண்டாடப்படுகின்ற ஒரு விழா. இதில் 5, 7, 12 ஊர்கள் ஒன்றாக இணைந்து கொண்டாடுகின்ற விழா. இதைப் போன்று 3, 5, 7, 9 போன்ற ஆண்டுகளுக்கு ஒருமுறை கொண்டாடு கின்றனர். இந்த விழாவில் தாழ்த்தப்பட்டவர்கள் அல்லது பறையர்கள் மட்டும் ஒரு பகுதியாகவும் மற்ற சாதியைச் சேர்ந்தவர்கள் எல்லோரும் ஒரு பகுதியாகவும் இருந்து விழா எடுப்பார்கள். இது இரண்டு சாதியினரின் கடவுள்களுக்குத் திருமணம் நடத்துகின்ற விழா. தாழ்த்தப்பட்டவர்கள் மாப்பிள்ளை வீட்டுக்காரர்களாகவும் மற்ற இனத்தைச் சார்ந்தவர்கள் பெணவீட்டுக்காரர்களாகவும் இருந்து இந்த விழாவைச் செய்வார்கள். இப்பகுதியில் செய்யப்படுகின்ற விழாக்களில் இது மிகப் பெரிய விழாவாக உள்ளது.

ஏழு ஊர்ப் பொதுமக்களும் அல்லது எத்தனை ஊர்கள் அதில் உள்ளனவோ அந்த ஊரிலுள்ளவர்கள் ஒன்றாகக்கூடி இந்த விழாவை எப்பொழுது நடத்துவது என்று முடிவு செய்வார்கள். அந்த அந்தப் பகுதிக்கு ஏற்றாற் போல் ஊர்களின் எண்ணிக்கை கூடும் குறையும். ஏழு நாள்கள் இந்த விழாவை நடத்துவார்கள். இரண்டு நாள்கள் முக்கியமான விழா நாள்கள். விழாவின் தொடக்க நாள் 'சாட்டு வைத்தல்' என்று பெயர் வைத்துள்ளனர். அதாவது ஊர்ப் பண்டிகை இன்றுமுதல் தொடங்கிவிட்டது என்று அறிவிக்கும் நாள். இந்த அறிவிப்பு ஊர்ப்பண்டிகை நடத்தப்படுகின்ற இடத்திலிருந்து தொடக்க விழாவாகச் செய்வார்கள்.

ஊர்ப் பண்டிகை நடைபெறுகின்ற இடத்தில் அல்லது மண்டுவில் முக்கியமான ஊர்ப்பிரமுகர்கள் அனைவரும் ஒன்றாகக் கூடுவார்கள். புதியதாக ஒரு தோள் அல்லது பறையைத் தயாரிப்பார்கள். அந்தத் தோளுக்கு நாமம் போட்டு அதைத் தரப்புநாயக்கர் என்பவர் அடிப்பார்.

இதைத் தொடர்ந்து சாட்டுப் பூசாரி என்பவர் தாழ்த்தப் பட்ட பிரிவைச் சார்ந்தவர் சாட்டு வாசகத்தைக் கூறுவார். அதன் பின்னர் தோளை அடிப்பார். ஊர்ப்பண்டிகை நடைபெறும்வரையில் உள்ள பூசாரி களுக்கு கைகளில் கங்கணம் கட்டுவார்கள். அன்று முதல் கங்கணம் கட்டியவர்கள் ஊருக்குள்ளே வரக்கூடாது. வீட்டு உணவு சாப்பிடக் கூடாது. அவர்களே சமைத்துச் சாப்பிடவேண்டும் என்பது நடை முறை. இவர்களுக்குத் தீட்டு ஏற்படக்கூடாது என்ற நம்பிக்கையின் அடிப்படையில் இது உருவாக்கப்பட்டுள்ளது.

பெரும்பாலும் இந்த ஊர்ப்பண்டிகை மண்டு, ஏழூர்மண்டு, ஐந்தூர் மண்டு போன்ற இடங்களில் நடைபெறும். எல்லா ஊர்களிலும் இரண்டு கரகங்கள் இருக்கும். ஒன்று ஆண்கரகம், மற்றொன்று பெண்கரகம். ஆண்கரகத்தைத் தாழ்த்தப்பட்டப் பிரிவைச் சார்ந்த கரகபூசாரி எடுப்பார். பெண்கரகம் என்பது வெள்ளாளர் இனத்தைச் சார்ந்த பூசாரி எடுப்பார். இந்த இரண்டு கரகங்களும் சுமார் 50 மீட்டர் இடைவெளியில் ஒவ்வொன்றுக்கும் ஒவ்வொரு கரகவீடு என்ற கோயில் இருக்கும். இந்தக் கோயில்களில்தான் கரகம் எடுக்கும் பூசாரிகள், பக்கப்பூசாரிகள் போன்றவர்கள் தங்கியிருப்பார்கள்.

செவிவழிச் செய்தி

இந்த விழா எவ்வாறு ஏற்பட்டது என்பதற்குத் தொன்மக் கதை ஒன்றும் உருவாக்கப்பட்டுள்ளது. தொடக்க காலத்தில் வெள்ளாளர்கள் விவசாயம் செய்துகொண்டு இருந்தனர். அவர்களிடம் பறையர் இனத்தைச் சார்ந்த நாசப்பன் என்பவர் வேலையாளாகப் பணிசெய்து வந்தார். வேலை செய்பவனுக்குத் தேவையான உணவு, உறங்க இடம் ஆகியவற்றை அவர்களே கொடுத்து வந்தனர். வெள்ளாளர் குடும்பத்தில் ஒரு பெண்பிள்ளை பிறந்து வளர்ந்து வந்தது. அந்தப் பெண் நாசப்பனுக்குத் தேவையான உணவைக் கொடுத்தும், அவனுடன் நிலத்தில் வேலை செய்துகொண்டு இருந்ததாலும் இவர்களுக்கு இடையில் காதல் உருவாகி வளர்ந்தது.

நான் தாழ்த்தப்பட்டப் பிரிவைச் சார்ந்தவன்; ஆகையால் என்னைக் காதலிப்பது உங்கள் வீட்டிலுள்ளவர்களுக்குத் தெரிந்தால் எனக்குச் சிக்கல் வரும் என்று கூறினான். ஆனால் அந்தப் பெண் கேட்க வில்லை. உன்னைத் தவிர வேறு யாரையும் மணம் முடிக்க மாட்டேன் என்று உறுதியாக இருந்தாள். நாள்கள் உருண்டோடின. வேறு வழியின்றி அப்பெண்ணின் காதலை ஒப்புக் கொண்டான்.

நாம் காலிப்பது தெரிந்தால் நம்மிருவரையும் பிரித்துவிடுவார்கள் என்ன செய்வது என்று சிந்தித்தனர். இங்கு இருந்தால் நம் இருவரையும் கொன்றுவிடுவார்கள் என்று அப்பெண் கூறினாள். வேறு வழியின்றி திருமணம் செய்துகொண்டு வேறு ஊருக்குச் சென்று விடுவது என்று இருவரும் முடிவு செய்தனர். திருமணம் செய்து கொண்டு வேறு ஊருக்கு ஓடிவிட்டனர்.

இச்செய்தியைக் கேள்விப்பட்ட பெண்வீட்டுக்காரர்கள் கோபம் கொண்டனர். வெளிஊருக்குச் சென்றாலும் விடாமல் அவர்களைத் தேடிச் சென்றனர். அங்கு ஒரு பெரிய வனம் இருந்தது. அந்த வனத்திலிருந்த பெரிய ஆலமரத்தில் இருந்த பெரிய பொந்தில் இருவரும் இணைந்து இருந்தார்கள். கடவுளின் ஆசியைப் பெற்ற இருவரும் ஆலமரமாக உருவம் மாறி மரத்தில் மறைந்திருந்தனர். தேடிச் சென்றவர்கள் அந்த ஆலமரத்தை வெட்டினர். ஆலமரத்தை வெட்டியதால் புதுமணத் தம்பதிகள் இருவரும் இரண்டு கரகங்களாக அவதாரம் எடுத்து விண்ணுலகை அடைந்தனர். அவர்கள் விண்ணுலகிற்குச் செல்லும் போது தேவவாக்கு ஒன்று கேட்டது. நாங்கள் இணைந்திருந்த ஆலமரத்தைக் கோடரியால் வெட்டியதால் எங்களைக் கோடாளி நாச்சியம்மன் என்றும், கோடாளி நாச்சியப்பன் என்றும் வழிபடவேண்டும் என்றும் இருவரையும் இரண்டு கரகங்களாக செய்து இரண்டு கரகங்களை இணைத்துக் கொண்டாட வேண்டும் என்றும் கூறியது. மேலும் இந்த விழாவை இப்பகுதி மக்கள் எல்லோரும் ஒன்றாக இணைந்து கொண்டாடவில்லை என்றால் மழை பெய்யாது, விளைச்சல் விளையாது, இப்பகுதி அழிந்துவிடும் என்று சாபம் கொடுத்துவிட்டுச் சென்றுவிட்டனர். இதனால் இன்று வரை இந்த விழா நடைபெறுகின்றது. இக்கதை ஒவ்வொரு பகுதியிலும் அவர்களுடைய விருப்பத்திற்கு ஏற்றாற் போன்று கூறுகின்றனர். வேளாண்மை செய்கின்ற வெள்ளாளர்களுக்கும், வேளாண்மைக்குத் தேவைப்படும் கலப்பை, தண்ணீர் இறைக்கும் சால், அறுவடைசெய்யும் போது சுத்தம் செய்யும் பணிகளைச் செய்யும் பறையர் இனமக்களுக்கும் இடையில் நல்ல உறவுமுறை இருக்க வேண்டும் என்பதற்காக உருவாக்கப்பட்டது இக்கதை. கடவுளின் பெயரால் இதைக் கூறினால் எல்லோரும் ஏற்றுக்கொள்வார்கள் என்பதற்காகவும் அத்திருவிழா உருவாக்கப்பட்டது.

விழா நடைபெறும் இடம் (மண்டு)

தருமபுரி, கிருஷ்ணகிரி பகுதியில் 'மண்டு' என்ற பொது இடம்

ஒன்று உள்ளது. இது ஊருக்கு அருகில் அல்லது ஊரின் உட்புறத்தில் இருக்கும். பெரும்பாலான விழாக்கள் இங்கு நடைபெறும். கோயில்கள் இங்கு கட்டப்பட்டுள்ளன. ஐந்து, ஏழு, ஒன்பது என்ற எண்ணிக்கையில் உள்ள ஊர்களுக்கு ஒரு பொது இடமாக உள்ளது. எனவே இதை ஐந்தூர்மண்டு, ஏழூர்மண்டு, ஒன்பதூர்மண்டு என்று ஊரின் எண்ணிக்கையை வைத்துப் பெயரிட்டு அழைக்கின்றனர். ஊர்ப்பண்டிகை, விழாக்கள் போன்றவை எப்படி, எப்பொழுது நடத்துவது என்று மண்டுவில் கூடிப்பேசுவார்கள். சுமார் 2500 ஆண்டுகளுக்கு முற்பட்ட சங்க இலக்கியங்கள் இத்தகைய இடத்தை 'மண்று' என்று அழைத்துள்ளன. இதுவே தற்போது மண்டு என்று மருவி வழக்கில் உள்ளது. இத்திருவிழா தமிழகத்தின் வட மாவட்டங் களான தருமபுரி, கிருஷ்ணகிரி, வடஆர்க்காட்டின் சில பகுதிகளில் மட்டும் நடைபெறுகின்றது. பிற பகுதிகளில் நடைபெறவில்லை என்று கூறலாம். இப்பகுதியில் சைவமும், வைணவமும் தமிழகத்தின் மற்ற பகுதிகளைப் போன்று வளர்க்கப்படவில்லை. கால்நடை வளர்ப்புச் சமுதாயமாக இருந்த காரணத்தால், நடுகல் வழிபாடு என்ற சிறுதெய்வ வழிபாடே முக்கியமான வழிபாடாக இருந்தது. இரண்டாவதாக சேர, சோழ, பாண்டியர் போன்ற நிலையான அரச மரபினர் இப்பகுதியில் இல்லை. விஜயநகர மன்னர்களின் காலத்தில் அதாவது கி.பி.15ஆம் நூற்றாண்டில்தான் சமயங்கள் வளர்க்கப் பட்டன என்று கூறலாம். நடுகல் வழிபாடு என்பது குலமுறை வழிபாடாக இருந்ததால் சமுதாயத்தில் ஒற்றுமை ஏற்படவில்லை. விஜயநகர மன்னர்களின் காலத்தில் முஸ்லிம்களின் படையெடுப்பைத் தடுக்க அல்லது எதிர்க்க இப்பகுதி மக்களிடையில் ஒற்றுமையை வளர்க்க பல சாதியினர் ஒன்றாக இணைய இத்தகைய திருவிழாக் களைக் கொண்டு வந்தனர் என்று கூறலாம்.

இத்திருவிழாக்கள் பெரும்பாலும் மண்டு என்ற இடத்தில் நடைபெறுகின்றன. இந்த ஊர்களில் உள்ள எல்லா சாதியைச் சார்ந்த மக்களும் ஒன்றாக இணைந்து இந்த விழாவை எடுக்கின்றனர். பல சாதிகளை உடைய இப்பகுதி மக்களிடையில் ஒற்றுமையை ஏற்படுத்த இத்தகைய விழாக்களை உருவாக்கினர் என்பதைத் தெரிந்துகொள்ள முடிகின்றது. பல ஊர்கள் ஒன்றாக இணைந்து இத்திருவிழாவைச் செய்வதால் இதற்கு 'ஊர்ப்பண்டிகை' என்று பெயர் வந்தது. சில இடங்களில் இதை 'ஜாத்திரை' என்றும் கூறுவார்கள். இப்பகுதியில் இத்திருவிழா இல்லாத ஊர்களே இல்லை என்று கூறலாம். ஒவ்வொரு ஊரிலும் ஒவ்வொரு பெயரில் இந்த விழாவைக் கொண்டாடுகின்றனர்.

ஆனால் இதன் நோக்கம் எல்லா ஊர்களிலும் ஒன்றே என்பதை யாராலும் மறுக்கமுடியாது. ஆனால் தற்போது இதன் நோக்கம் வேறு பட்டுக் காணப்படுகின்றது.

சாட்டு வைத்தல்

ஆண்டுதோறும் இத்திருவிழா நடைபெறுவதில்லை. ஐந்து ஆண்டுகள், ஏழு ஆண்டுகள், ஒன்பது ஆண்டுகளுக்கு ஒருமுறை இவ்விழா நடைபெறும். தமிழ் மாதங்களில் ஆனி, ஆடி மாதங்கள் ஏற்ற மாதங்கள் ஆகும். இப்பண்டிகை பொதுவாக 7, 9, 12 நாள்கள் நடைபெறும். முக்கியமான விழா மூன்று நாள்கள் நடைபெறும். விழா தொடக்கத்தில் மாரியம்மன் கோயிலில் வழிபாடு செய்து கூழ் ஊற்றுவார்கள். இதுதான் ஊர்ப் பண்டிகையின் தொடக்க விழா. சில இடங்களில் பொங்கல் வைத்து மாவிளக்கு எடுத்து வழிபடுவார்கள்.

இந்த விழாவின் தொடக்க நாள் 'சாட்டு வைக்கும் நாள்' என்று அழைக்கின்றனர். அன்று பண்டிகை செய்யும் ஊர்களில் உள்ளவர்கள் அனைவரும் ஊர்ப்பண்டிகை நடைபெறுகின்ற கோயில் இடத்தில் கூடுவார்கள். அன்று பண்டிகை எப்பொழுது நடத்துவது என்பதைத் தீர்மானிப்பார்கள். ஆண் தெய்வத்திற்கும் பெண் தெய்வத்திற்கும் திருக்கல்யாணமாக இப்பண்டிகை நடத்தப்படுவதால் முகூர்த்த நாள் அன்று இந்த விழாவை நடத்த முடிவு செய்வார்கள். பறையர் இனமக்கள் புதியதாக ஒரு முரசைப் போன்ற இசைக் கருவியை 'தோள்' அல்லது 'துடும்புபைக்' கட்டிக்கொண்டு வந்து கூடியிருக்கும் சபையின் முன் வைப்பார்கள். முரசிற்கு மஞ்சள், குங்குமம் வைத்துப் பூசை செய்வார்கள். பின்னர் தரப்பு நாயக்கன் என்பவர் இந்த முரசை மூன்று முறை அடிப்பார். அதன் பின்னர் சாட்டடல் பூசாரி என்ற பறையர் இனத்தைச் சார்ந்தவர் முரசை அடித்துக் கீழ்க்காணும் அறிவிப்பை அங்குள்ள ஊர் பொதுமக்களுக்கு அறிவிப்பார். இதைத் திருமணம் நிச்சயம் செய்கின்ற நாள் என்றும் கூறலாம்.

முந்தி பிறந்தவன் நான், முதுகினில் பூணூல் தரித்தவன் நான்
சாதியில் ஜங்கமன் நான், ஜாதிக்கெல்லாம் பெரியவன் நான்
முன்குடுமை எனது, பின்குடுமை எனது
புஸ்தகம் எனது, பூணூல் எனது
வெள்ளை குடையான், வெண்சாமரம் பெற்றவன் நான்
கட்டோடு வெத்தலையும், தட்டோடு பாக்கும்
சொப்போடு சுண்ணாம்பும், பாக்குத் தின்னு பல் வெளக்கி

வெள்ளை உடுத்தி, வீசி நடந்து, வெள்ளிப் பிரம்பெடுத்து
வெண்கலத் துடும்பெடுத்து காரூர் ஜாம்பவமூர்த்தி
பறை சாற்றிக்கொண்டு வருகிறேன்
ஏழாம் நாள் கோடால நாசியம்மனுக்கும் கோடால
நாச்சியப்பனுக்கும்
பச்சைப் பந்தல் போட்டு, நித்தியத் தோரணம் கட்டி
கல்யாணம் செய்யப் போகிறோம்
நல்லாரெல்லாம் இருக்கலாம், பொல்லார் எல்லாம்
ஊருக்கு வெளியே போகலாம்'

இதைச் சாட்டு வைத்தல் என்றும் கூறுகின்றனர். ஊர்ப் பொதுமக்கள் திருவிழாவின் போது எவ்வாறு இருக்கவேண்டும், திருவிழா எப்பொழுது நடைபெறுகின்றது என்பதைப் பறையை அடித்து அறிவிக்கின்ற நிகழ்ச்சியாக இருப்பதால் இதற்கு இப்பெயர் வந்துள்ளது. அதாவது 'பறைசாற்றுதல்' என்பது சுருங்கி அல்லது மருவி 'சாட்டுதல்' என்று வந்துள்ளது என்பது தெளிவாகின்றது. விழாக் காலங்களில் இத்தகைய அறிவிப்பைப் பறைசாற்றுவதால் இவர்களுக்கு 'பறையர்' என்ற பெயர் வந்துள்ளது.

கங்கம்மா பூசை

இதற்கு கங்கம்மா பூசை என்றும் மற்றொரு பெயர் உண்டு. இந்தப் பகுதியில் வாழுகின்ற கொல்லர் என்ற நாயுடு இனமக்கள் இந்த விழாவைக் கொண்டாடுகின்றனர். இந்த நிகழ்ச்சி நடை பெறும் இடத்தில் இவர்கள் சிறிய பச்சைப் பந்தல் ஒன்றைப் போடுவார்கள். அந்தப் பந்தலில் மண்ணால் கங்கையம்மன் பொம்மையைச் செய்து வைத்து அதற்குப் பூசை செய்வார்கள். கங்கை யம்மனுக்கு கண்ணடக்கம், மூக்குத்தி, தாலி போன்றவற்றைக் கொண்டு அலங்கரிப்பார்கள். கங்கையம்மனுக்கு இதனுடன் மாவிளக்கு, பானக்கம் என்ற (தண்ணீரில் வெல்லம், வாழைப்பழம் ஆகியவை கலந்தது) பானத்தை ஐந்து மண் சொப்புகளில் வைப்பார்கள். அன்று இரவு பச்சைப் பந்தல் போட்டு அதில் வைக்கும் விளக்கு இரவு முழுவதும் எரிந்துகொண்டிருக்க வேண்டும் என்பது முக்கியமானது. இவை அனைத்தும் பச்சைப் பந்தலில் படையல் பொருள்களாக வைப்பார்கள். சாட்டு வைக்கும் நாளுக்கு ஒருநாள் முன்னதாக வந்து, சாட்டு வைக்கும் இடத்தில் மேற் கண்டவற்றை எல்லாம் செய்வார்கள். அன்று இரவு முழுவதும் அங்கே தங்கி இப்பணிகளைச் செய்வார்கள்.

அடுத்த நாள் காலையில் அதாவது சாட்டு வைக்கும் நாள் அன்று காலையில் நாயக்கர்கள் (கொல்லர்கள்) குடியிருக்கும் இடத்திற்குச் சென்று ஊரின் மையப்பகுதியில் வேப்பிலையை வைத்து அதன் மேல் பானக்கம் என்ற பானம் உள்ள மண்சொப்புகள் ஐந்து வைப்பார்கள். அதற்கும் தேங்காய் உடைத்துப் பூசை செய்துவிட்டு, இசைக் கருவிகள் முழங்க ஆடிக்கொண்டும், பாடிக்கொண்டும், வேப்பிலையைக் கையில் பிடித்துக் கொண்டும் கூட்டமாகப் பச்சைப் பந்தல் போட்டு, கங்கம்மன் உருவ பொம்மை வைத்திருக்கும் இடத்திற்கு வருவார்கள். கங்கம்மன் அருள் வந்தவர்கள் உயிருடன் உள்ள கோழியின் தலையைக் கடித்து இரத்தம் குடிப்பார்கள். கங்கம்மனுக்குப் பூசை செய்யும் போது ஆடுவெட்டுவது வழக்கம். புதியதாகக் கட்டி வைக்கப்பட்டுள்ள முரசு அல்லது துடும்பு என்ற இசைக் கருவிக்கு நாமம், குங்குமப் பொட்டு ஆகியன வைத்து அதற்கும் பூசை செய்வார்கள். இந்த கங்கம்மன் வழிபாடு செய்பவர்களில் ஒருவர், மேலே கூறப்பட்ட முரசை அடித்து விழாவைத் தொடங்கி வைக்கின்றவருக்கு தரப்பு நாயக்கன் என்று பெயர் வைத்துள்ளனர். இது வழிவழியாக வருகின்ற பதவி.

திருமணவிழா (ஊர்ப்பண்டிகை) எப்பொழுது நடைபெறும் என்பதை எல்லோருக்கும் அறிவிக்கும் முதல் நிகழ்ச்சியே 'சாட்டு வைத்தல்' என்ற நிகழ்ச்சி. கங்கணம் கட்டும் நிகழ்ச்சி முடிந்த பின்னர், பச்சைப் பந்தலில் வைத்திருக்கும் கங்கம்மன் மண் பொம்மையையும், பூமாலைகளையும் கூடையில் வைத்து எடுத்துச் சென்று கங்கையில் அதாவது அருகிலுள்ள நீர்நிலையில் விட்டுவிடுவார்கள். இத்துடன் கொல்லர் என்ற நாயக்கர் இனமக்களின் தொடக்க நிகழ்ச்சி முடிவுற்றது.

கங்கணம் கட்டுதல்

பறையர் இனத்தைச் சாந்தவர்களில் ஆண்கரகம் எடுப்பவருக்கும், சாட்டுப் பூசாரிக்கும் துணையாக இருக்கின்ற பக்கப் பூசாரிகளுக்கும் கங்கணம் கட்டுவார்கள். கங்கணம் என்பது மஞ்சள் நீரில் ஊறவைத்த நூலில் பெரிய மஞ்சள் ஒன்றைக் கட்டி அதைப் பூசாரிகளின் கைகளில் வெற்றிலையுடன் சேர்த்துக் கட்டுவார்கள். கங்கணம் கட்டுவதிலும் ஐவர், எழுவர் என்ற எண்ணிக்கை உண்டு. கங்கணம் கட்டிக் கொண்டவர்கள் அன்று முதல் 7 நாள்களுக்கு வீட்டிற்கு வரக்கூடாது, வீட்டு உணவு சாப்பிடக்கூடாது போன்ற சில நடைமுறைகள் உள்ளன.

இவர்கள் தாய்கிராமங்கள் என்று கூறப்படுகின்ற பிற சாதியினர் வாழ்கின்ற ஊர்களில் உள்ள வீடுகளுக்குச் சென்று தானியம், உணவுப் பொருள்கள் ஆகியவற்றைக் கடவுளின் பெயரால் பெற்று வந்து கரகம் வைத்துள்ள இடத்தில் போடப்பட்டுள்ள பச்சைப் பந்தலில் சமைத்து உண்ணவேண்டும் என்பது நடைமுறை. எந்த விதமான தீட்டும் இவர்களுக்கு ஏற்படக்கூடாது என்பதற்காக இந்த நடைமுறை பின்பற்றப்படுகின்றது.

இருதெய்வங்களின் திருமணம் என்பதால் பெண்வீடு பார்க்கும் நிகழ்ச்சியும் நடைபெறும். ஊர்ப்பண்டிகை செய்யும் கிராமத்தைச் சார்ந்தவர்கள் மற்றும் ஆண்கரகத்திற்கு சம்மந்தப்பட்ட பூசாரி போன்றவர்கள் ஒன்றாக இணைந்து, பெண்கரகம் எடுக்கின்ற வெள்ளாளர் சாதியைச் சார்ந்த பூசாரியின் வீட்டிற்குச் செல்வார்கள். அவர்களை வரவேற்று வெற்றிலை, பாக்கு கொடுத்த விருந்து வைத்து அனுப்புவார்கள். இதுவும் ஊர்ப் பண்டிகையின் ஒரு நிகழ்ச்சி.

ஆண்கரகம், பெண்கரகம் ஆகிய இரண்டு கரகங்கள் வைத்திருக்க இரண்டு வீடுகள் சுமார் 50 மீட்டர் இடைவெளியில் கட்டப் பட்டுள்ளன. இத்திருவிழா நடைபெறும் போது மட்டும் இந்த இரு வீடுகளும் வட்டவடிவில் கட்டப்படும். பெரும்பாலும் மரங்களைக் கொண்டும் பனை ஓலைகளைக் கொண்டும் இந்த வீடுகள் கட்டப்படும். இந்த வீட்டின் முன்பகுதியில் பச்சைப் பந்தல் ஒன்றும் பெரிய அளவில் போடப்படும். வேப்பிலைத் தோரணங்களும், வாழைமரங்களும் திருமணத்தின் போது கட்டப்படுவது போன்று நுழைவாயில் அலங்கரிக்கப்படும். தெய்வத்திருமணம் என்பதால் அலங்காரங்கள் அதிக அளவில் செய்யப்படும். இரண்டு கோயில்களும் கிழக்கு நோக்கி அமைந்துள்ளன என்பது குறிப்பிடத்தக்கது.

தீக் குண்டம்

ஆண்கரகம் எடுப்பவர் பறையர் இனத்தைச் சார்ந்த பூசாரி. இதைப் போன்று பெண்கரகத்தை எடுப்பவர் வெள்ளாள இனத்தைச் சார்ந்த பூசாரி. கரகம் எடுப்பவர் தன் விருப்பப்படி கரகத்தை எடுக்க இயலாது. இதற்குச் சில விதிமுறைகள் உள்ளன. கரகம் எடுத்துக்கொண்டிருந்த ஒருவர் இறந்துவிட்டால் புதிய கரகபூசாரி தீமிதித்த பின்தான் கரகம் எடுக்க முடியும். கரக வீட்டின் முன்னர் பெரிய தீக்குண்டம் போடப்படும். ஊரிலுள்ளவர்கள் எல்லோரும் விரதத்துடன் தீக்குண்டத்தின் முன்னர் நிற்பார்கள். இசைக்கருவிகள் முழங்க

அம்மன் பாட்டைப் பாடி இறைவனை வேண்டுவார்கள். கடவுளின் அருள் பெற்றவர் தீக்குண்டத்தில் இறங்கி நடந்து சென்று கோயிலின் முன் நிற்க வேண்டும். அதைத் தொடர்ந்து அவருடைய கையில் உலர்ந்த நெல்லைக் கொடுப்பார்கள். தன்னுடைய இரு கைகளால் நெல்லைப் பிசைந்து அல்லது தேய்த்து அரிசியாக்க வேண்டும். இவ்வாறு இரண்டு நிகழ்வுகளையும் செய்து முடித்தவர் ஆண்கரகம் எடுக்கத் தகுதி உடையவர் ஆகிறார். அதாவது கடவுளின் சக்தியால் இவரால் இச்செயலைச் செய்ய இயலும். மற்றவர்களால் செய்ய இயலாது என்பது நம்பிக்கை. இதைத் தொடர்ந்து அவரை நீராட்டி, கரகம் எடுக்கும் பூசாரி என்ற பட்டம் கட்டுவார்கள். அவருக்குப் புத்தாடை உடுத்துவார்கள். இவருடைய மனைவியையும் நீராட்டி புதுத்துணி அணிவிப்பார்கள். அவருடைய மனைவிக்கு வெள்ளைநிறப் புடைவைதான் கொடுப்பார்கள். இவை தாழ்த்தப்பட்ட மக்களின் திருமணத்தின் போது கொடுக்கின்ற துணிகளைப் போன்றதாகும். பொதுவாக தமிழகத்திலுள்ள பல பழங்குடி மக்களுடைய சமுதாயத்தில் திருமணத்தின் போது வெள்ளைநிற புடவை கட்டுவது வழக்கம். அந்த வழக்கம் தெய்வத் திருமணத்தின் போதும் பின்பற்றப் படுகின்றது.

கரகங்கள்

தொடக்க காலத்தில் கரகங்கள் மண்ணால் செய்து, சுட்டுப் பயன் படுத்தப்பட்டன. தற்போது வெண்கலத்தால் செய்யப்பட்ட சொம்பு கரகமாக மாற்றப்பட்டுள்ளது. இதன் முன்பகுதியில் தெய்வத்தின் முகவடிவம் காட்டப்பட்டிருக்கும். கரகங்கள் பொதுவாக கரகச் சொம்பு, சொம்பின் மேல் வைக்கின்ற கூம்பு போன்ற அமைப்பு, வெள்ளிக் குடைகள், பூமாலைகள் போன்றன கரகம் தயாரிக்கத் தேவைப்படும் பொருள்கள். இவற்றைக் கொண்டு கரகம் கூம்பு போன்று அலங்கரிக்கப்படும். அதன் மேல் வெள்ளிக் குடைகள் வெளியில் தெரிகின்ற அமைப்பில் அலங்கரிக்கப்படும். பூமாலைகள் அதிக அளவில் தொங்கவிடப்பட்டிருக்கும். உச்சியில் பெரிய வெள்ளிக் குடை ஒன்று பளபளப்பாக இருக்கும்.

தெய்வத் திருமணவிழா ஏழு நாள்கள் நடை பெற்றாலும் மூன்று நாள்கள் முக்கியமான நாள்கள். அந்த மூன்று நாள்களில் முதல் நாள் கரகங்கள் இரண்டும் தலைகூடுவதற்குத் தேவையான பச்சைப் பந்தல் அமைத்தல், கரகவீட்டை அலங்கரித்தல் போன்ற பணிகள் நடை

பெறும். இரண்டாவது நாள் திருமணநாள். காலையில் பறையர் இனமக்கள் கரகவீட்டிற்கு அருகில் புதிதாகச் செய்யப்பட்ட பெரிய மண்பானைகளில் பொங்கல் வைப்பார்கள். இப்பொங்கல் ஒரு வீட்டிற்கு ஒன்று என்ற முறையில் வைப்பார்கள். பின்னர் கரகங்கள் அலங்ககரிக்கப்படும். ஆண்கரகத்தை எடுப்பவர்கள் பறையர் இனமக்கள் என்பதும் பெண்கரகத்தை எடுப்பவர்கள் வெள்ளாள இனமக்கள் என்பதும் முன்னர் கூறப்பட்டது. பெண்கரகத்தை எடுப்பவர்கள் இத்திருவிழாவைச் செய்கின்ற ஊர்களைச் சார்ந்தவர்கள் இல்லை. தாய்வீட்டுக்காரர்கள் என்று பெயர் மட்டும் உள்ளது. தாய்வீட்டுக்காரர்கள் என்பவர்கள் வன்னியர் போன்ற பிற இனத்தைச் சார்ந்தவர்கள். விழா நடைபெறுவதற்குத் தேவையான சீர்வரிசை எனப்படும் தாலி, புடவை, வளையல்கள், பூமாலை போன்றவற்றைத் தாய்வீட்டுச் சீராகக் கொடுப்பார்கள். விழா நடைபெறத் தேவையான எல்லா செலவுகளையும் அந்த ஊர் மக்களே கொடுப்பார்கள். பெண்கரகம் எடுப்பவர்கள் கோயிலில் பூசாரியாக இருப்பதும், திருவிழாவை நடத்துவது மட்டும் இவர்களுடைய வேலையாகும். இவர்களைப் பெண்வீட்டுக்காரர் என்றும், விழாவை நடத்துகின்ற ஊர்க்காரர்களைத் தாய்வீட்டார் என்றும் அழைக்கின்றனர். தாய்வீட்டுச் சீதனம் கொடுப்பது இவர்களுடைய வேலையாகும்.

எனவே, பெண்கரகம் தயார் செய்வதற்குத் தாய்வீட்டுச் சீர்வரிசை வந்த பின்புதான் அலங்கரிப்பார்கள். தாய்வீட்டுச் சீர்வரிசையாக மாவிளக்கு, தேங்காய்கள், பழவகைகள், பூமாலைகள், தாலி, புத்தாடைகள் போன்றன இசைக்கருவிகள் முழங்க வண்டித் தேர்களில் கொண்டுவருவார்கள். 7 ஊர்களைச் சார்ந்தவர்கள் ஒவ்வொரு ஊராரும் சீர்வரிசையைக் கொண்டு வருவார்கள். இதைப் போன்று ஆண்கரகத்தைச் சார்ந்தவர்களும் மாவிளக்கு, தேங்காய், பழம் போன்றவறைக் கொண்டுவருவார்கள். பெண்கரக வீட்டைச் சார்ந்தவர்கள் ஆண்கரகத்திற்குத் தேவையான அலங்காரப் பொருள்களையும் கொடுப்பார்கள். இவை வந்துசேர்ந்த பின்பு கரகங்கள் அலங்கரிக்கப்படும். பல ஆண்டுகளுக்கு ஒருமுறை இவ்விழா நடைபெறுவதால் அவர்களுடைய உறவினர்கள் எல்லோரும் இதில் கலந்துகொள்வார்கள்.

கரகங்கள் தலைகூடுதல்

இசைக்கருவிகள் முழங்க வைத்தும், மணியடித்தும், அம்மன்

பாடல்கள் பாடியும் கரகப்பூசாரிக்கு அருள் வரவழைப்பார்கள். அருள் வந்ததும் பெண்கரகப்பூசாரிக்குக் கரகத்தைத் தலையில் எடுத்து வைப்பர். கரகம் தலையில் வைத்தவுடன் பூசாரி ஆடத் தொடங்கி விடுவார். கரகத்துடன் ஒரு குழு பாடிக்கொண்டு கரகவீட்டைச் சுற்றி ஆடிக் கொண்டிருக்கும். பெண்கரகம் ஆடிக்கொண்டு ஆண்கரகம் உள்ள இடத்திற்கு வரும். அதன் பின்னர் ஆண்கரகம் எடுக்கின்ற பூசாரிக்கு அருள் வந்து ஆண்கரகத்தை எடுத்துக்கொண்டு அவரும் ஆடத் தொடங்குவார். இரண்டு கரகங்களும் ஆடிக்கொண்டு ஒன்றை ஒன்று நெருங்கி வந்துகொண்டு இருக்கும். பெண்கரகமும் விழா நடைபெறுகின்ற இடத்தில் ஆடிக்கொண்டிருக்கும். முகூர்த்த நேரம் அல்லது நல்ல நேரத்தில் இரண்டு கரகங்களும் ஒன்றுடன் ஒன்று எதிரெதிராக ஆடிவரும். ஒரு குறிப்பிட்ட இடத்தில் இரண்டு பூசாரிகளும் நெருங்கிவந்து இரண்டு கரகங்களையும் இணைய விடுவார்கள். இவ்வாறு இரண்டு கரகங்கள் ஒன்றுடன் ஒன்று சேர்வதைத் 'தலைகூடுதல்' என்று பெயரிட்டு அழைக்கின்றனர். இரண்டு கரகங்களும் ஒன்றுடன் ஒன்று இணைந்து பின்னர் பிரிந்து செல்லும். விழாவின் மையக்கருத்து இதுதான். தலைகூடும் நேரம் நல்ல நேரமாக இருந்தால் அந்த ஆண்டு முதல் நல்லமுறையில் மழை பெய்யும் என்பது மக்களின் நம்பிக்கையாக உள்ளது. நல்லமுறையில் தலைகூடவில்லை என்றால் அந்த ஆண்டு முதல் நல்ல மழை பெய்யாது என்றும் நம்புகின்றனர். ஆண்கரகமும் பெண்கரகமும் நன்றாக தலைகூடினால் நல்ல முறையில் மழை பெய்யும், விளைச்சல் பெருகும் என்பது ஊர்ப் பண்டிகையின் நம்பிக்கை.

இதன் பின்னர் இரண்டு கரகங்களும் ஆடிக்கொண்டே கரகவீடு என்ற இடத்திலிருந்து அருகிலுள்ள வனம் என்று பெயர் உள்ள இடத்தில் கட்டப்பட்டுள்ள கோயிலுக்குச் சென்று கோயிலில் கரகங் களை இறக்கி வைப்பார்கள். ஏற்கனவே கதையில் சொல்லியவாறு கரகத் தம்பதிகள் ஒளிந்துகொண்ட ஆலமரங்கள் உள்ள இடத்தில் கரகங்களை வைப்பார்கள். கோயிலில் கரகங்களை இறக்கி வைக்கும் போதும் அம்மன் பாட்டு பாடி இறக்குவார்கள். ஊர்ப்பொது மக்கள் கொண்டுவந்த தேங்காய், பழம் போன்றவை கடவுளுக்குப் படைப்பார்கள். அதைத் தொடர்ந்து கோயிலின் முன்னர் சாட்டை போடுகின்ற வழக்கம் ஒன்று உள்ளது. பெண்கள் சாட்டைப் போட்டுக் கொண்டால் அவர்களின் மேல் உள்ள பேய், பிசாசு, நோய் போன்றவை போய்விடும் என்று நம்புகின்றனர். குழந்தை இல்லாதவர்களுக்கு குழந்தை பிறக்கும் என்றும் நம்புகின்றனர். அன்று மாலை நேரத்தில்

மீண்டும் இரண்டு கரகங்களும் வனத்திலிருந்து கரகவீட்டிற்கு வந்துவிடும்.

சந்தம்பட்டி என்ற ஊரில் இரண்டு பெண்கரகங்களும் ஒரு ஆண் கரகமும் தலைகூடுகின்ற விழா நடைபெறுகின்றது. ஆண்கரகம் பறையர்களுடையது. இரண்டுப் பெண்கரகங்களில் ஒன்று வெள்ளாளர்களுடையது, இதற்குச் செல்லியம்மன் என்று பெயர். மற்றொன்று மூப்பனார் என்று அழைக்கின்ற சாணார்களுடைய கரகம், இதற்குப் பட்டாளம்மன் என்று பெயர். இங்கு ஊர்ப்பண்டிகை மூன்று நாள்கள் நடைபெறுகின்றது. முதல் நாள் பறையர்களின் ஆண் கரகமும் வெள்ளாளர்களின் பெண்கரகத்துடன் தலை கூடுகின்றது. இரண்டாம் நாள் பறையர்களின் ஆண்கரமும் மூப்பனார் என்ற சாதியைச் சார்ந்தவர்களின் பெண்கரகத்துடன் தலைகூடும். இவை இரண்டு கரகங்களுக்கும் மூன்றாம் நாள் மறுகரகம் நடைபெறும். முன்றாம் நாள் நடைபெறுகின்ற மறுகரகத்தின் போதும் கரகங்கள் இங்கு மூன்று முறை தலைகூடும். பொதுவாக இங்கு மூன்றுமுறை தலைகூடுவது நடைமுறையாக உள்ளது. சுமார் 40 ஆண்டுகளுக்கு முன்னர் மூங்கம்பட்டியிலிருக்கும் நாச்சியப்பன் என்ற ஆண் கரகம்தான் சந்தம்பட்டிக்கு எடுத்துச் செல்வார்கள். விழா முடிந்த பின்னர் மீண்டும் கரகத்தைக் கொண்டு வந்து கொடுத்துவிடுவார்கள். இந்த மூன்று பெண் தெய்வங்களும் சகோதரிகள் என்றும் ஒவ்வொருவரும் ஒவ்வொரு பகுதிகளில் வாழ்கின்றனர் என்றும் இதற்கு செவிவழிச் செய்திகள் கூறப்படுகின்றது.

தலைகூடுகின்ற இத்திருவிழாவைக் கிருஷ்ணகிரிக்கு வடக்கில் உள்ள பல பகுதியில் ஒரு வகையாகவும், கிருஷ்ணகிரிக்குத் தெற்கிலுள்ள சில பகுதியில் ஒரு வகையாகவும் கொண்டாடுகின்றனர். இரண்டு பகுதிகளிலும் ஆண்கரகம் எடுப்பவர்கள் பறையர் இன மக்களாகவும், அதைப் போன்று பெண்கரகம் எடுக்கின்ற மக்கள் வெள்ளாளர் இனத்தைச் சார்ந்தவர்களாகவும் உள்ளனர். இதில் வேறுபாடு கிடையாது. ஊர்ப்பண்டிகை என்பது அந்தந்தப் பகுதியிலுள்ள எல்லா சாதியினரையும் இணைத்து இந்த விழாவைக் கொண்டாடவேண்டும் என்ற நோக்கத்தின் அடிப்படையில் உருவாக்கப்பட்டுள்ளது. இதைத் தெய்வத்தின் பெயரில் தெய்வத் திருமணமாக வைத்தால் மட்டும் மக்கள் இதை ஏற்றுக்கொள்வார்கள் என்ற எண்ணத்தில் உருவாக்கப்பட்டுள்ளது. பறையர் இன மக்களின் ஆண்தெய்வத்திற்கும், வெள்ளாளர் இன மக்களின் பெண்

தெய்வத்திற்கும் திருமணம் நடைபெறுகின்ற ஒரு விழா. இரண்டு கரகங்களும் ஒன்றாக இணைந்தால் அந்த ஆண்டு முதல் நல்ல மழை பெய்யும் என்றும் விளைச்சல் பெருகும் என்பதும் அக்கால நம்பிக்கையாக உள்ளது. இத்திருவிழாக்கள் வளமை சடங்கை அடிப்படையாகக் கொண்டு உருவாக்கப்பட்டன. பெண் தெய்வமும் ஆண் தெய்வமும் ஒன்றாக இணைந்தால் அப்பகுதியில் நீர்வளம், நிலவளம் பெருகும் என்பதும் மக்கள் மகிழ்ச்சியுடன் இருப்பார்கள் என்பதும் வளமை சடங்கின் நம்பிக்கை. இந்நிலை மாறாமல் இன்று வரை கிருஷ்ண கிரிக்கு வடக்கிலுள்ள பகுதிகளில் விழா நடத்தப் படுகின்றது.

ஆனால் தெற்கில் இது மாற்றப்பட்டுள்ளது. சாதியை இந்தத் திருவிழாவில் புகுத்தி அதற்கு ஒரு கதையைக் கட்டி மாற்றியுள்ளனர். மேலே கூறப்பட்ட கதையை அடிப்படையாகக் கொண்டு இரண்டு கரகங்கள் தலைகூடிய உடன் பெண்கரகத்தைக் கத்தியால் ஒரு ஓரத்தில் வெட்டுகின்றனர். இது மற்ற பகுதியில் நடைபெறாத செயல். இரண்டு தெய்வங்களுக்கும் திருமணம் என்பதை ஒப்புக்கொள்ளாமல் பறையர் தெய்வத்துடன் திருமணமா என்று மறைக்க முற்படுகின்றனர். பொதுவாகத் திருமணம் எவ்வாறு நடைபெறுமோ அதைப்போன்று வடக்குப் பகுதியில் இன்றும் நடக்கின்றது.

ஆனால் தெற்குப் பகுதியில் சுமார் முப்பது ஆண்டுகளுக்கு முன்பு நடைபெற்ற முறையை மாற்றி சாதியைப் புகுத்த முற்பட்டுள்ளனர்.

சாதி வேறுபாடுகள் இருக்கக்கூடாது என்பதற்காகவும், இவர்களுக் கிடையில் மாமன், மச்சான், சகோதர முறையான உறவுமுறை வளரவேண்டும் என்பதற்காகவும் இத்திருவிழாக்கள் கொண்டாடப் பட்டன. சுமார் 10 ஆண்டுகளுக்கு முன்புகூட தாழ்த்தப்பட்ட மக்களுக்கும் மற்றவர்களுக்கும் மாமன், மச்சான் உறவுமுறை இருந்தது. ஆனால் அம்முறை தற்போது மாறிவருகின்றது.

வடபகுதியில் நடைபெறுகின்ற திருவிழாவில் கரகங்கள் மூன்று முறை தலைகூடும். தெற்கிலும் மூன்றுமுறை தலைகூடுகின்ற வழக்கம் இருந்தது, ஆனால் தற்போது அதையும் மாற்றி ஒருமுறை தான் தலைகூடவேண்டும் என்று மாற்றிவிட்டனர். இதைப் போன்று திருமணத்திற்குப் பின் மஞ்சள் நீராடுவதும் திருவிழாவின் ஒரு வழக்கம். இந்த வழக்கமும் தடுக்கப்பட்டு வருகின்றது. வேளாண்மை நல்லமுறையில் நடைபெற வேண்டுமென்றால் அதற்குத் துணையாக

உள்ள கீழ்த்தட்டு மக்களுக்கும் வேளாளர்களுக்கும் இடையே நல்ல உறவுமுறை வளர்ந்தால்தான் நாடு செழிப்பு அடையும் என்ற நோக்கத்தில் உருவாக்கப்பட்டது இந்த விழா என்பதை அறிய முடிகிறது.

குறும்பர்களின் பலகைசாமி

குறும்பர்களின் பலகைசாமி என்ற வீரபத்திர சாமியும் இந்தத் திருவிழாவில் கலந்துகொள்கின்றது. குறும்பர்கள் மூதாதையர் களையும், வீரபத்திர சாமியையும் வழிபடுகின்றவர்கள். அந்தப் பகுதியில் எத்தனை குலத்தைச் சார்ந்த குறும்பர்கள் இருக்கின்றனரோ அத்தனை பலகைசாமிகள் கரகங்கள் தலைகூடும் நாள் அன்று காலையில் இந்தத் திருவிழாவில் பங்குகொள்ளும்.

மறுகரகம்

இரண்டாவது நாளும் இரண்டு கரகங்களும் அலங்கரிக்கப்பட்டுக் கரகவீட்டிலிருந்து கோயில் உள்ள வனம் என்ற இடத்திற்கு எடுத்துச் செல்வார்கள். முதல் நாள் தலைகூடியது போன்று இரண்டாம் நாள் தலை கூடாது. ஆண்கரகம் எடுப்பவரும் பெண்கரகம் எடுப்பவரும் அருள் வந்து ஆடிக்கொண்டு செல்வார்கள். கோயிலில் கரகங்களை இறக்கி வைத்துவிட்டுப் பூசைகள் நடைபெறும். இரண்டாம் நாள் மாவிளக்குகள், வண்டித் தேர் போன்ற நேர்த்திக் கடன் செய்பவர்கள் வரமாட்டார்கள். மாலை நேரத்தில் இரண்டு கரகங்களையும் அருகிலுள்ள மாரியம்மன் கோயிலுக்குக் கொண்டு செல்வார்கள். ஆண்கரகம் பறையர்களின் மாரியம்மன் கோயிலுக்கும், பெண்கரகம் வன்னியர்களின் கோயிலுக்கும் வந்துசேரும். அங்கு ஆடு, எருமை போன்றன பலியிடுவார்கள். ஆண்கரகம் அந்த இனத்தைச் சார்ந்த ஊரிலுள்ள எல்லா வீடுகளுக்கும் செல்லும், ஒவ்வொரு வீட்டாரும் தேங்காய் உடைத்துப் பூசை செய்வார்கள். இறுதியில் கரகம் கரகவீட்டிற்குச் சென்றுவிடும். இரண்டாம் நாள் நடைபெறும் இந்த விழாவிற்கு 'மறுகரகம்' என்று பெயர். பல இடங்களில் மறுகரகத்தின் போதும் இரண்டு கரகங்கள் தலைகூடும்

இத்திருவிழாவில் எருது விடுகின்ற அல்லது எருது கட்டுகின்ற நிகழ்ச்சியும் நடைபெறும். திருவிழா நடைபெறுகின்ற இடத்தில் எருதை ஓடவிடுவார்கள். அல்லது கூலி அல்லது பொலி எருதைக் கொண்டு வந்து எருதை ஆட்டுவார்கள்.

மஞ்சள் நீராடுதல்

இறுதி நாள் அன்று விழாவின் இறுதியாக மஞ்சள் நீராடுகின்ற வழக்கம் ஒன்றும் இருந்துள்ளது. ஆனால் தற்போது பல ஊர்களில் விழாமுடிந்த பின்னர் மஞ்சள் நீராடுகின்ற வழக்கம் இல்லை. தமிழகத்திலுள்ள பெரும்பாலான சாதியினர்களின் திருமணங்களின் போது மணமக்கள் மஞ்சள் நீராடுகின்ற வழக்கம் இருந்தது. சில சாதியில் இன்று வரை திருமணத்தின் இறுதியில் மஞ்சள் நீராடுகின்ற வழக்கம் வைத்திருக்கின்றனர். தெய்வத் திருமணம் என்பதால் இதிலும் மஞ்சள் நீராடுகின்ற வழக்கம் உள்ளது.

கங்கையில் மாலை விடுதல்

மூன்றாம் நாள் கங்கையில் மாலை விடுகின்ற நிகழ்ச்சி நடைபெறும். விழாவின் இறுதியாக ஆண்கரகத்தாரும் பெண்கரகத்தாரும் கரகங்களுக்குப் போடப்பட்ட மாலைகள் அனைத்தையும் தனித்தனியாகப் புதிய பூக்கூடையில் வைப்பார்கள். இரண்டு பூசாரிகளும் அக்கூடைகளை எடுத்துக்கொண்டு அருகிலுள்ள கங்கைக்கு அதாவது நீர்நிலைக்குச் செல்வார்கள். ஊர்ப்பொது மக்கள் எல்லோரும் உடன் செல்வார்கள். பூசாரிகள் நீரில் இறங்கி கூடையில் உள்ள பூவை (வடக்கு, தெற்கு) நீரில் மிதக்கவிடுவார்கள். ஆண் கரகத்துக்காரர்கள் ஒரு திசையிலிருந்தும் பெண்கரகத்துக்காரர்கள் ஒரு திசையிலிருந்தும் பூக்களை மிதக்கவிடுவார்கள். அதில் கற்பூரம் ஏற்றுவார்கள். இரண்டு திசைகளில் இருந்தும் விடுகின்ற மாலைகள் இரண்டும் ஒன்றாகச் சேரவேண்டும். இவ்வாறு சேர்ந்தால் ஆண்தெய்வமும், பெண்தெய்வமும் செய்த திருவிழாவால் மகிழ்ந்தார்கள் என்றும், அதனால் அந்த ஆண்டு முதல் மழை நன்றாகப் பெய்யும் என்றும், விளைச்சல் பெருகும் என்றும் நம்புகின்றனர். சில இடங்களில் கங்கையில் மாலைவிடுவதை மட்டும் செய்வார்கள். இரண்டு மாலைகளும் ஒன்றாகச் சேருவதை யாரும் பார்க்கக் கூடாது என்று வந்துவிடுவார்கள். தெய்வங்கள் கூடுவதை மனிதர்கள் பார்க்கக்கூடாது என்பது இதன் பொருள். எனவே இரண்டு கரகங்கள் தலைகூடுவதும், இரண்டு மாலைகள் ஒன்றாக இணைவதும் வளமையை அடிப்படையாகக் கொண்டது என்பது மக்களின் நம்பிக்கையாக உள்ளது. மேலும் இப்பகுதியிலுள்ள எல்லா சாதியினரும் ஒன்றாக இணைந்து இத்திருவிழா நடத்தவேண்டும் என்ற அடிப்படையில் இத்திருவிழா உருவாக்கப்பட்டுள்ளது என்பது தெளிவாகின்றது.

தருமபுரி, கிருஷ்ணகிரி மாவட்டங்களிலும் அவற்றைச் சுற்றியுள்ள சில பகுதிகளிலும் இத்தகைய தலைகூடுகின்ற ஊர்ப் பண்டிகைகள், திருவிழாக்கள் நடைபெறுகின்றன. ஒவ்வொரு பகுதியிலும் ஒவ்வொரு வகையான பெயர்களில் இத்தகைய ஊர்ப்பண்டிகைகள் நடை பெறுகின்றன. செல்லியம்மன் செல்லப்பன், நாச்சியப்பன் நாச்சியம்மாள், சாக்கப்பன் சாக்கம்மா, பொன்னன் பொன்னியம்மாள் போன்ற பெயர்கள் அவற்றில் சில. இவை எல்லாவற்றிலும் ஆண்கரகம் தாழ்த்தப்பட்ட சாதியைச் சார்ந்த பூசாரி எடுக்கின்றார். பெண்கரகம் வெள்ளாளர் சாதியைச் சார்ந்த பூசாரி எடுக்கின்றார். எனவே இது வெள்ளாளர்களுக்கும் தாழ்த்தப்பட்டப் பிரிவைச் சார்ந்த பறையர்களுக்கும் இடையே உள்ள ஒரு வகையான உறவு முறையைக் கூறுகின்றது என்றும் கூறலாம். மற்ற சாதியினர் இந்த இரு பிரிவினரையும் இணைப்பவர்களாக இருந்தனர் என்றும் கூறலாம். 5, 7, 9, 12 போன்ற எண்ணிக்கையில் உள்ள ஊர்களுக்கு ஒரு ஊர்ப் பண்டிகையை நடத்த ஏற்பாடு செய்து ஒற்றுமையாக இருக்க இத்திருவிழாவை உருவாக்கியுள்ளனர்.

சைவமும் வைணவமும் வளர்ந்த பகுதிகளில் சிவனுக்கும் பார்வதிக்கும், விஷ்ணுவுக்கும் லட்சுமிக்கும், முருகனுக்கும் தெய்வானைக்கும் திருக்கல்யாணம் என்ற திருவிழாக்கள் கோயில்களில் நடத்துகின்றனர். சோழநாடு, பாண்டியநாடு, தொண்டை மண்டலம் போன்ற பகுதிகளில் வளமான நாடாக இருப்பதால் இதைச் செய்தனர். ஆனால் தகடூர் நாட்டில் இத்தகைய வளமான பகுதிகள் இல்லை. இங்கு கால்நடை வளர்ப்பு சமுதாயமாக இருப்பதால் சமயக் கோட்பாடுகள் வளரவில்லை. கோயில்கள் கட்டுவதற்குப் போதுமான பொருளாதார நிலை இல்லாததால் ஊர்ப்பண்டிகை என்ற திருவிழாக்கள் கி.பி. 15,16ஆம் நூற்றாண்டுகளில் விஜயநகர மன்னர்களின் காலத்தில் உருவாக்கப்பட்டன என்று கூறலாம்.

முடிவுரை

ஆதிக் காலத் தமிழ்ச் சமுதாயத்தில் குடி என்பது அடிப்படைக் கூறு. குடி என்பது இரத்த உறவை அடிப்படையாகக் கொண்டது. இரத்த உறவுகொண்ட ஒரு குடியில் ஏற்றத்தாழ்வு மற்றும் கீழ்ச்சாதி, மேல் சாதி போன்ற அமைப்புகள் இல்லை. அனைவரும் சம தகுதி யுடையவர்கள். சங்க இலக்கியங்களில் குடிகளைப் பற்றியும், குடியமைப்புகளைப் பற்றியும், அதிகமான செய்திகள் காணப் படுகின்றன. நூற்றுக்கும் மேற்பட்ட குடிகள் இருந்தன என்று சங்ககால இனக்குழு அமைப்பைப் பற்றிய ஆய்வை மேற்கொண்ட துரை அரங்கனார் குறிப்பிடுகின்றார். புறநானூற்றுப் பாடல் ஒன்றில் 'துடியன் பாணன் பறையன் கடம்பன் என்றின் நான்கு அல்லது குடியுமில்லை' என்று வருகின்றது.*(335)* பலவகையான குடிகள் இருந்த போதும் 'துடியன் பாணன் பறையன் கடம்பன்' என்ற இந்த நான்கு குடிகள் முதன்மையான குடிகள் என்பது இப்பாடலில் இருந்து தெளிவாகின்றது. சங்ககாலத்திற்கு முன்பிருந்து வாழ்கின்ற பூர்வீகக் குடிகள் இக்குடிகள் என்பதை மறுக்க இயலாது. எனவே பறையர் இனம் என்பது சுமார் 2500 ஆண்டுகளுக்கு முன்பிருந்து இப்பகுதியில் வாழ்கின்ற பூர்வீகக் குடிகள் என்பது தெளிவாகின்றது.

சங்ககால இலக்கியங்களில் குடி என்ற சொல் அதிக அளவில் காணப்படுகின்றது. ஆனால் குலம் என்ற சொல் சங்க இலக்கியங் களில் இல்லை. எனவே குலம் என்ற சொல் பிற்காலத்தில் வந்தது என்றும் குடி என்ற சொல்லுக்கு மாற்றுச் சொல்லாக குலம் என்ற சொல் பயன்படுத்தப்பட்டது என்பதும் தெளிவாகின்றது. இனக்குழு அமைப்பில் இருந்த குடிகள் ஒவ்வொன்றும் ஒவ்வொரு தொழிலைச் செய்துவந்தனர். இந்தத் தொழிலைக் குலத்தொழில் என்று வகைப்படுத்தினர். குடி அல்லது குலம் என்பது இரத்த உறவை அடிப்படையாகக் கொண்டது என்பது முன்னர் கூறப்பட்டது. மீன் பிடிப்பவர் மீனவர் என்றும் பறை அடிப்பவர் பறையர் என்றும், இது குலத்தொழில் என்றும் பாகுபாடு செய்யப்பட்டது. ஆனால்

அக்காலத்தில் இவர்களுக்கிடையில் மேல்சாதி என்றும் கீழ்ச்சாதி என்றும் வேறுபாடுகள் கிடையாது.

2,500 ஆண்டுகளுக்கு முற்பட்ட தொல்காப்பியத்திலும், சங்க இலக்கியங்களிலும் ஆரியர், சத்திரியர், வைசியர், சூத்திரர் போன்ற சொற்கள் இல்லை. இதைப் போன்று பார்ப்பனர் குல ஒழுக்கம் பற்றிய செய்திகளும் இல்லை. எனவே சங்ககாலத்தின் பின்பகுதியில்தான் பார்ப்பனர் உருவாக்கிய வர்ணக் கோட்பாடு என்ற சாதிய அமைப்பு தமிழகத்திற்கு வந்தது. வடஇந்தியாவிலிருந்து வந்த ஆரிய பிரிவைச் சார்ந்த பிராமணர்கள் இதைத் தமிழகத்திற்குக் கொண்டு வந்தனர். தமிழகத்தில் தாய்த்தெய்வ வழிபாடும், நடுகல் வழிபாடு என்ற மூதாதையர் வழிபாடும் இனக்குழு மக்களுடைய முக்கியமான வழிபாடுகளாக இருந்தன. யாகங்கள், வர்ணக் கோட்பாடு, ஆன்மா, மறுபிறப்புக் கோட்பாடு போன்ற ஆரியக் கோட்பாடுகள் பிராமணர்களால் தமிழகத்திற்கு சங்ககாலத்தின் இறுதி காலத்தில் கொண்டு வரப்பட்டன. இக்கோட்பாடுகள் தமிழகத்திலிருந்த இனக்குழுத் தலைவர்கள், வேளிர்கள், மன்னர்கள் போன்றவர்களின் ஆதரவைப் பெற்றன. ஆட்சி செய்கின்ற மன்னர்கள் பின்பற்றியதால் மக்களும் இதை ஏற்றுக்கொண்டனர். மன்னன் எவ்வழியோ மக்களும் அவ்வழி என்ற சமுதாய அமைப்பு இருந்ததால் பிராமணர்களின் கோட்பாடுகள் எளிமையாகத் தமிழகத்தில் பரவியது.

மனுதர்மக் கோட்பாட்டின்படி சமுதாயத்தில் உள்ளவர்கள் சதுர்வர்ணத்திற்கு உள்ளே உள்ளவர்கள் என்றும், வெளியில் உள்ளவர்கள் என்றும் இரு முக்கியமான சமூகப் பிரிவுகளாகப் பிரிக்கப்பட்டனர். சதுர்வர்ணத்தில் உள்ளவர்கள் பிராமணர்கள், சத்திரியர்கள், வைசியர்கள், சூத்திரர்கள் என்ற நான்கு வேறுபட்ட வகுப்பினரைக் கொண்ட கூட்டு அமைப்பு. பிரஜாபதியின் வாயிலிருந்து பிறந்தவர்கள் பிராமணர்கள், கைகளில் இருந்து பிறந்தவர்கள் சத்திரியர்கள், தொடையிலிருந்து பிறந்தவர்கள் வைசியர்கள், பாதங்களிலிருந்து பிறந்தவர்கள் சூத்திரர்கள் என்று ரிக் வேதம் கூறுகின்றது. இந்த அமைப்பின் அடிப்படையில் தொழில்களும் வரையறுக்கப்பட்டுள்ளன. பிராமணர்களின் தொழில் கற்றலும் கற்பித்தலுமாகும். சத்திரியர்களின் தொழில் போரிடுவதாகும். வைசியர்களின் தொழில் வணிகம் செய்தல், சூத்திரர்களின் தொழில் தங்களுக்கு மேலே உள்ள மூன்று இனத்தாருக்கும் ஏவல் பணியாளர்களாகப் பணிபுரிதல் ஆகும்.

சதுர்வர்ணத்தில் இல்லாதவர்கள் அந்தியஜஸ் (தீண்டத் தகாதவர்கள்) என்று வகைப்படுத்தப்பட்டனர். தீண்டத்தகாதவர்கள் நகரத்திற்குள் அனுமதிக்கப்படுவதில்லை. ஏனெனில் ஒன்பது மணிக்கு முன்பும், மூன்று மணிக்குப் பிறகும் அவர்களுடைய நிழல்கள் நீண்ட நிழல்களாக இருக்கும். அந்த நிழல் பிராமணின் மீது பட்டால் அது தீண்டத் தகாததாகவும், அந்தத் தீட்டை போக்கிக்கொள்ள குளித்த பின்னரே எந்த வேலையையும் செய்ய வேண்டும் என்பது மனு தர்மம். ஆங்கிலேயர்கள் இப்பகுதியை ஆட்சி செய்த போது அவர்கள் தீண்டத்தகாதோரைப் பற்றிய அறிக்கையை இங்கிலாந்து நாட்டிற்கு அனுப்பியுள்ளார். அதன் வாசகம் பின்வருமாறு:

> பறையர்கள் பிற சாதி இந்துக்களுடன் சேர்ந்து வாழாமல் சேறும் சகதியுமாக உள்ள பள்ளமான ஒதுக்குப் புறங்களில் பன்றிக் குடிசை களைப் போன்ற சிறிய குடிசைகளில் வாழ்கின்றனர். வயிறார உண்ண உணவின்றிப் பட்டினியும், பசியுமாக வாடுகின்றனர்.
>
> கட்டுவதற்குத் துணியின்றி கிழிந்துபோன கந்தல்களையே இடுப்பில் சுற்றிக்கொண்டுள்ளனர். கல்வி அறிவு இல்லாமல் கண்ணிருந்தும் குருடர்களாக வாழ்கின்றனர். பரிதாபகரமான நிலையைக் கண்டு இவர்கள் மேல் இரக்கம் காட்ட யாருமில்லை.
>
> சத்தான உணவும், தூய்மையான ஆடையும், சுகாதாரமான இருப்பிடமும் இல்லாததால் இவர்களில் பெரும்பாலானவர்கள் கொடிய தொழுநோயால் பாதிக்கப்பட்டு உறுப்புகளை இழந்து பாதிக்கப்பட்டுள்ளனர்.

இதைப் போன்ற மாவட்ட நிர்வாக அறிக்கைகள் பல ஆண்டுகள் இங்கிலாந்து நாட்டு அரசுக்கு அனுப்புவது வழக்கமாக இருந்தது. இத்தகைய அறிக்கைகளை வாசித்த இங்கிலாந்து அரசு தங்களுடைய ஆட்சியின் போது விலங்கினும் கீழாக மக்கள் இருக்கக் கூடாது என்று தீர்மானித்தது. இத்தகைய கீழ்நிலை மக்களுக்குக் கல்வி அறிவும், தூய்மையான வாழ்க்கையும், பிற சாதியினர்களைப் போன்று நடத்தவும் அரசு திட்டமிட்டது.

இத்திட்டத்தின் படி ஆண்டுதோறும் குறிப்பிட்டத் தொகையை வழங்கி கிறித்துவத் துறவிகள் மூலமாக மேம்பாட்டு நடவடிக்கைகள் எடுக்கப்பட்டன. எளியோரின் தொண்டே ஏசுவின் தொண்டு என்று வாழ்ந்த கிறித்துவத் துறவிகள் பறைச் சேரிக்குள் நுழைந்து தொண்டாற்றினர்.

ஊமைகளாகவும், குருடர்களாகவும், செவிடர்களாகவும், முடவர்களாகவும் வதைபட்டு வாழ்ந்த பறையர்கள் தங்களுடைய துன்பங்களை வாய்விட்டுக் கூறவும் உரிமையற்றவர்களாக இருந்தார்கள். இத்தகைய நேரத்தில் ஆங்கில அதிகாரிகளின் வீடுகளில் வேலைக்காரர்களாகவும், பணியாட்களாகவும் பணியில் அமர்ந்தனர். இவர்களின் குழந்தைகள் கல்வி அறிவு பெற்று தாங்களும் மனிதர்களே என்று உணர்ந்தனர். அரசிடம் அவர்களின் உரிமையைக் கேட்கத் தொடங்கினர். கருணை மனுக்களின் வாயிலாகவும், இதழ்களின் மூலமாகவும் தங்களுடைய நெஞ்சக் குமுறல்களை வெளியிட்டனர்.

இக்கோரிக்கையை ஏற்றுக்கொண்ட இங்கிலாந்து அரசு அரசுக்குச் சொந்தமான தரிசு நிலங்களைப் பறையர்களுக்கு வழங்கத் தொடங்கியது. அப்பொழுது சென்னை மண்டலம் முழுவதும் உள்ள நிலங்கள் எல்லாம் நிலக்கிழார்கள், பார்ப்பனர்கள், வெள்ளாளர்கள், கோயில்கள், மடங்கள் போன்றவற்றுக்குச் சொந்தமான நிலங்களாக இருந்தன. மேற்கண்டவற்றுக்கு உட்படாத நிலங்கள் 'பொறக்குடிநிலம்' (புறம்போக்கு) என்று பெயர் இடப்பட்டிருந்தது. இத்தகைய நிலங்களை தர்க்காசு செய்து பறையர்களுக்குக் கொடுக்கும்படி அரசு ஆணை பிறப்பிக்கப்பட்டது.

இந்த ஆணையைச் சாதிவேறுபாடு இன்றி எல்லா சாதியினரும் சேர்ந்து எதிர்த்தனர். பறையர்கள் பண்ணையார்களாக மாறுவதை எதிர்த்தனர். இவ்வாறு ஒதுக்கப்பட்ட பொறக்குடி நிலங்களையும் பறையர்கள் நீண்ட நாட்கள் வைத்திருக்க இயலவில்லை. காடுகளைத் திருத்தி, மேடுகளைச் சமன் செய்து விளைநிலங்களாக மாற்றிய பின்னர் சாதி இந்துக்கள் அவற்றை அபகரித்துக்கொண்டனர். பொய் வழக்குகள் போட்டும், அவதூறு கூறியும் சிறையில் அடைப்பது, ஊரைவிட்டுத் தள்ளி வைத்தும் நிலங்கள் கைபற்றப்பட்டன.

தமிழகத்தில் பறையர்களில் இரண்டு பிரிவுகள் உள்ளன. இவை இரண்டு பிரிவும் இப்பகுதியில் இருந்த பூர்வகுடிகள். தமிழகத்தின் வடமேற்குப் பகுதியில் உள்ளவர்கள் கன்னடம் பேசுபவர்கள். பிறபகுதிகளில் உள்ளவர்கள் தமிழ் பேசும் பறையர். இவர்களை ஒன்றாக இணைக்க பல கதைகள் உருவாக்கப்பட்டன. பறையர் இனத்தின் குலத்தலைவன் ஒரு பெண்ணை மணந்தான். மற்றொரு பெண்ணை ஆசைநாயகியாக வைத்துக்கொண்டான். இரண்டு மனைவியர்க்குப் பிறந்த பிள்ளைகளில் ஒரு பிரிவினர் கன்னடம் பேசுபவர்களாக இருந்தார்கள். மற்றொரு பிரிவினர் தமிழ்

முடிவுரை ❋ 115

பேசுபவர்களாகவும் வாழ்ந்தார்கள். இவர்களுக்கு ஆண் வாரிசு மட்டும் பிறந்திருக்கின்றது. மனைவியரின் குலமரபுப்படி பேசுகின்ற மொழியை அடிப்படையாகக் கொண்டு கன்னடப் பறையர் என்றும் தமிழ்ப் பறையர் என்றும் பெயரிடப்பட்டனர். குலங்களை அடிப்படையாகக் கொண்டு பல வகையான பறையர்கள் இருந்தனர். முரசுக் கொங்கரு, முரசுப் பறையரு, திகலரு, புட்டஒலையரு, ஒலையரு, முரசுப் பள்ளி, மகதூர் என்று ஏழு வகையான பறையர்கள் இருந்தனர் என்று மைசூர் கெசட்டியர் குறிப்பிடுகின்றது.

ஊருக்கு ஒதுக்குப் புறத்தில் இவர்களுடைய குடியிருப்புகள் அமைந்தன. இப்பகுதியைச் சேரிகள் என்று அழைத்தனர். பிற சாதியினரையே நம்பி வாழ்ந்ததால் அவர்களுடைய பண்பாட்டை மாற்றிக்கொண்டனர். அதனுடைய மிச்சங்களும் எச்சங்களும் சேகரித்துக் கொடுக்கப்பட்டுள்ளன. ஒருவர் மதம்விட்டு மதம் மாறலாம். ஆனால் சாதிவிட்டு சாதி மாறமுடியுமா என்று கேள்விகள் கேட்டார்கள். சாதி அமைப்பு அவ்வளவு கொடுமையானது என்றும் பேசினார்கள். ஆனால் இக்கொடுமையை ஒழிக்க பிராமணர்கள் மட்டுமல்ல பிற சாதியினரும் முன்வரவில்லை என்பது ஒருவகையான சுயநலம். சாதியைக் கடவுளின் பெயராலும், இதிகாசங்கள், புராணங்களின் வாயிலாகவும் மாற்ற முடியாதது என்று பரப்பி விட்டனர். கடவுளின் செயல் என்றும் முன்வினைப் பயன் என்றும் கதைகட்டினர். அக்கால அரசர்களும் நாட்டின் நலன் கருதி இதை ஒப்புக்கொண்டனர்.

அசோக மன்னன் கலிங்கம் போரில் உயிர் நீத்த பல இலட்சக் கணக்கான வீரர்களைக் கண்டு மனம் மாறினார். அரசன் ஒருவனுடைய சுயநலத்திற்காகப் பலியிடுகின்ற இந்துமதக் கோட்பாட்டை எதிர்த்தான். பலிகொடுப்பது, தீண்டாமை, மக்களிடையில் ஏற்றத் தாழ்வு போன்றன இந்து மதக் கோட்பாடு என்று எதிர்த்தான். மக்களை மக்களாக மதிக்கின்ற எண்ணம் மற்ற எந்த மதத்திலும் இல்லை என்பதை உணர்ந்தான். பௌத்த மதத்தில் இக்கோட்பாடுகள் உள்ளன என்பதைப் பல சான்றோர்களின் வாயிலாகவும், பிக்குகளின் மூலமாகவும் கேட்டு அறிந்தான். எனவே புத்தமதம் மற்ற மதங் களைவிட சிறந்த மதம் என்று முடிவு செய்தான். புத்தமதத்தைத் தழுவினார். பிராமணர்களின் கோட்பாடுகளுக்கு எதிராகக் குரல் கொடுத்த முதல் சீர்திருத்தவாதி அசோகன் என்றால் அது மிகையாகாது. புத்த மதத்தைத் தழுவி அக்கோட்பாடுகளைக் கல்வெட்டுக்களாக

வெட்டி வைத்தான். புத்த மதத்தை அரச மதமாக்கினான். உலகெங்கும் உள்ள நாடுகளில் புத்த மதத்தைப் பரப்பினான். அசோக மன்னன் இந்து மதத்தில் இருந்துகொண்டு உயிர் வதையையும், மேல் சாதி, கீழ்ச்சாதி என்ற வர்ணக் கோட்பாட்டையும் ஒழிக்க முடியாது என்பதை உணர்ந்து பௌத்தத்திற்கு மாறினான். இதைப் போன்று அயோத்திதாசரும் இந்து மதத்தில் இருந்துகொண்டு தீண்டாமையை ஒழிக்க இயலாது என்பதை உணர்ந்து பௌத்தத்திற்கு மதம் மாறினார்.

இக்கொள்கையை இவருக்குப் பின்னர் வந்த அண்ணல் பாப சாகிப் அம்பேத்கர் பின்பற்றினார். இந்து மதத்தில் இருந்து கொண்டு சமுதாய சமத்துவத்தை அடைய முயன்றார். இதில் தோல்வி அடைந்த காரணத்தால் பௌத்தத்திற்கு மாறினார். அம்பேத்கர் இளமைக் காலம் முதல் இந்து மதத்தின் கொடுமைகளைப் பார்த்து மனம் உடைந்தார். பலகோடி தீண்டப்படாத மக்களைப் பார்த்துத் தீண்டாமையை ஒழிக்க முடியாமல் போனதால் இயோலாவில் நடைபெற்ற மாநாட்டில் 'நான் இந்துவாகப் பிறந்துவிட்டேன், ஆனால் இந்துவாக இறக்க மாட்டேன்' என்று சூளுரை ஏற்றார். அச்சூளுரையின்படி பௌத்தராகவே இயற்கை எய்தினார். 1956ஆம் ஆண்டு அக்டோபர் மாதம் 14ஆம் நாள் லட்சகணக்கான மக்களைப் பௌத்தத்திற்கு மாற்றினார்.

பின்னிணைப்புகள்

1
அயோத்திதாசப் பண்டிதர்

ஆங்கிலேயர்கள் இப்பகுதியில் ஆட்சிசெய்த போது ஆட்சியாளர்களாகப் பொறுப்பேற்று ஆட்சி செய்தவர்கள் வெள்ளையர்கள். இவர்களில் பெரும்பாலானவர்கள் அரச குடும்பத்தைச் சார்ந்தவர்கள், செல்வந்தர்கள். சாதி வேறுபாடு, தீண்டாமை போன்றன அவர்களுடைய நாட்டில் இல்லை. மனிதனை மனிதனாகப் பார்ப்பவர்கள். ஆனால் இந்தியாவில் தாழ்த்தப்பட்ட மக்கள் பல ஆயிரம் ஆண்டுகளாக நாயினும் கீழாக நடத்தப்பட்டவர்கள். தொட்டால் தீட்டு, பார்த்தால் தீட்டு, கேட்டால் தீட்டு என்று அச்சுறுத்தி ஊருக்கு வெளியில் ஒதுக்குப் புறத்தில் தள்ளிவிடப்பட்டனர். எத்தனையோ மகாத்மாக்கள், தத்துவஞானிகள் பிறந்த இந்த நாட்டில் பறையர்களைக் கண்டால் தீட்டு என்று இந்து மதவாதிகள் ஒதுக்கிவைத்தனர். இத்தகைய பறையர்களுக்கு ஆதரவாகவும், அனுசரனையாகவும் ஆங்கில ஆட்சியாளர்கள் ஆட்சிபுரிந்தார்கள் என்று கூறவேண்டும்.

ஆங்கில ஆட்சியாளர்களுக்கு ஒதுக்கப்பட்ட, ஒடுக்கப்பட்ட சமுதாயத்தைப் பற்றியும் அவர்களுடைய வாழ்வாதாரங்களைப் பற்றியும் எடுத்துரைத்தவர்கள் பலர். அத்தகையோரில் ஒருவர்தான் பன்மொழிப் புலவர் காளத்தி மாநகர் க. அயோத்தி தாசப் பண்டிதர். இவர் பறையர்களில் முதன்முதலாக 1890இல் திராவிடர் மகா சனசபையைத் தொடங்கி அரசுக்கு பத்து அம்சக் கோரிக்கையை முன்வைத்தார். இக்கோரிக்கையை ஏற்றுக்கொண்ட அரசு தரிசு நிலங்களைப் பறையர்களுக்கு வழங்கத் தொடங்கியது. அப்பொழுது சென்னை மண்டலம் முழுவதும் உள்ள நிலங்கள் எல்லாம் நிலக்கிழார்கள், பார்ப்பனர்கள், வெள்ளாளர்கள், கோயில்கள், மடங்கள் போன்றவற்றுக்குச் சொந்தமான நிலங்களாக இருந்தன. மேற்கண்டவற்றுக்கு உட்படாத நிலங்கள் 'பொறக்குடி நிலம்' (புறம்போக்கு) என்று பெயரிடப்பட்டிருந்தது. இத்தகைய நிலங்களை

தர்க்காசு செய்து பறையர்களுக்குக் கொடுக்கும்படி அரசு ஆணை பிறப்பிக்கப்பட்டது.

இந்த ஆணையை சாதிவேறுபாடு இன்றி எல்லா சாதியினரும் சேர்ந்து எதிர்த்தனர். ஆங்கில நாளேடுகளும் பறையர்கள் பண்ணையார்களாக மாறுவதை எதிர்த்தன. அடிமைகளாக வைத்திருந்த இந்துக்கள் பல வகையிலும் எதிர்ப்பைத் தெரிவித்தனர். இவ்வாறு ஒதுக்கப்பட்ட பொறக்குடி நிலங்களையும் பறையர்கள் நீண்ட நாள்கள் வைத்திருக்க இயலவில்லை. காடுகளைத் திருத்தி, மேடுகளைச் சமன் செய்து விளைநிலங்களாக மாற்றிய பின்னர் சாதி இந்துக்கள் அவற்றை அபகரித்துக்கொண்டனர். பொய் வழக்குகள் போட்டும், அவதூறு கூறியும் சிறையில் அடைப்பது, ஊரைவிட்டுத் தள்ளி வைத்தும் நிலங்கள் கைப்பற்றப்பட்டன. இத்தகைய நிகழ்ச்சியை எம்.சி இராசா அவர்கள் கர்னல் ஆல்காட் என்பவருக்கு எழுதிய ஏழைப் பறையன் (*The Poor Pariah*) என்ற நூலில் எடுத்துக் காட்டியுள்ளார்.

சாதிக் கொடுமை தாங்க முடியாமல் ஒரு பறையன் ஊரை விட்டு ஓடிவிட்டான். அக்காலத்தில் காலனி ஆதிக்கத்திலிருந்து பினாங்குக்குச் சென்று தோட்டக் கூலியாக பணியாற்றுவது வழக்கமாக இருந்தது. பினாங்கு சென்று சிறிது காசு சம்பாதித்த பின்னர் தன்னுடைய குடும்பத்தைக் காண தமிழகத்திற்கு வந்தான். அவன் கொண்டு வந்த பணத்தைக் கொண்டு நிலம் ஒன்றை வாங்கி பயிர்த் தொழிலைச் செய்தான். இதைக்கண்ட பிறசாதி இந்துக்கள் திருட்டு வழக்கில் தொடர்புப்படுத்திச் சிறையில் தள்ளிவிட்டனர். சிறைவாசம் முடிந்து வீடு திரும்பிய போது அவனுடைய நிலமும் இல்லை, மனைவியும் இல்லை.

இத்தகைய சமுதாயத்தை எவ்வாறு திருத்துவது என்ற எண்ணம் யாருக்கும் புலப்படவில்லை. சமுதாயத்தின் அடித்தளத்தில் உள்ள மக்களை உயர்த்திவிட்டால் சமநிலை ஏற்படும் என்று தோன்ற வில்லை. ஏனெனில் சாதியும், தீண்டாமையும் ஆண்டவனின் படைப்பு என்றும் அவர்களுடைய கர்மவிதிப்படியே பிறப்பு அமை கின்றது என்றும் காந்தி போன்றவர்களும் நினைத்தனர். இதை ஆங்கில அரசிற்கும் இங்கிருந்த ஆட்சியாளர்களின் மூலம் தெரிவித்ததால் இந்த நிலையும் மாற்றப்பட்டது.

இங்கிலாந்து விக்டோரியா பேரரசு 1858 இல் இந்தியாவில் உள்ள அதிகாரிகள் இந்தியாவின் சமுதாய, சமய விவகாரங்களில் தலையிடக்

கூடாது என்று சட்டம் இயற்றியதால் சாதி பாகுபாடு அதிகமாக வளர்ந்தது. ஆன்மநேயத்தால் ஒன்றுபட்டால் அடிமைமுறை ஒழியும் என்று பிரம்மஞானசபை கூறியது. இதனை கர்னல் ஆல்காட்டும், அன்னி பெசன்ட்டு அம்மையாரும் செயல்படுத்த முனைந்தனர். சமத்துவமான சமுதாயத்தை இதன் மூலம் பெறலாம் என்று அயோத்தி தாசரும் அதில் உறுப்பினர் ஆனார். இதற்காக பஞ்சமர் பள்ளிகளை உருவாக்கினார். இந்துமதத்தைச் சீர்திருத்துவதற்காக இராஜாராம் மோகன்ராய் பிரம்ம சமாஜம் என்பதை ஏற்படுத்தினார். இதைப் போன்று தயானந்த சரஸ்வதி தீண்டாமையை, சாதி, மத பேதங்களை ஒதுக்கிவிட்டு இந்துக்கள் என்ற போர்வையில் ஆன்மநேயம், தேசிய உணர்வை வளர்க்க முற்பட்டார். மக்கள் தொண்டே ஆண்டவனின் தொண்டு என்ற அடிப்படையில் உருவாக்கப்பட்ட இராமகிருஷ்ணர் மடங்கள் ஆண்டவனுக்கே முதல் இடம் கொடுத்தன. இதேபோன்று தமிழகத்தில் இராமலிங்க அடிகளார் சாதி மத பேதம் இல்லை என்று கூறினார். இவர்களாலும் தீண்டாமையை ஒழிக்க முடியவில்லை.

சங்கரர் அத்வைதக் கோட்பாட்டைப் பரப்பினார். அத்வைதம் என்ற சொல்லுக்கு அதுவும் இல்லை, இதுவும் இல்லை, அதாவது இரண்டும் இல்லை என்பது பொருள். ஆத்மா எல்லோருக்கும் உண்டு. இதில் மாந்தருக்குள் வேறுபாடு கிடையாது.

மேற்கண்ட கோட்பாட்டால் அயோத்தி தாசர் அத்வைதத்தைப் பரப்பினார். இதிலும் மோட்சம், நரகம், மறுபிறவி கோட்பாடு உண்டு போன்ற எண்ணங்களால் தீண்டாமையை ஒழிக்க இயலாது என்பதால் அதையும் விட்டுவிட்டார். இந்து மதமே தீண்டாமையை உருவாக்கியது என்பதை உணர்ந்தார். இந்து மதத்தில் இருந்துகொண்டு தீண்டாமையை ஒழிக்க முடியாது என்று முடிவு செய்தார்.

ஒருவர் மதம்விட்டு மதம் மாறலாம். ஆனால் சாதிவிட்டு சாதி மாற முடியுமா என்று கேள்விகள் கேட்டார்கள். சாதி அமைப்பு அவ்வளவு கொடுமையானது என்றும் பேசினார்கள். ஆனால் இக்கொடுமையை ஒழிக்க பிராமணர்கள் மட்டுமல்ல பிற சாதியினரும் முன்வரவில்லை என்பது ஒருவகையான சுயநலம். சாதியைக் கடவுளின் பெயராலும், இதிகாசங்கள், புராணங்களின் வாயிலாகவும் மாற்ற முடியாது என்று பரப்பிவிட்டனர். கடவுளின் செயல் என்றும் முன்வினைப் பயன் என்றும் கதைகட்டினர். அக்கால அரசர்களும் நாட்டின் நலன் கருதி இதை ஒப்புக்கொண்டனர்.

தீண்டாமையை ஒழிக்க எந்த அமைப்பும் முன்வரவில்லை. எனவே இந்து மதத்தைவிட்டு வெளியேற வேண்டும் என்று முடிவுக்கு வந்தார். கிறித்துவத்திலும் உயர்சாதி, தாழ்ந்த சாதி போன்றன உள்ளன. இதைப் போன்று இசுலாமியத்திலும் வேறுபாடுகள் உள்ளன என்பதை உணர்ந்தார். எனவே இந்து, கிறித்துவ, இஸ்லாம் ஆகிய மூன்று மதங்களையும் விட்டு வெளியேற வேண்டும் என்று தீர்மானித்தார். ஒவ்வொரு மனிதனுக்கும் மதம் தேவைப்படுகின்றது. அது அவனைப் பண்படுத்தி, நெறிப்படுத்தி, ஒழுக்கம் நிறைந்தவனாக வாழ வழி வகுக்கின்றது. எனவே மதம் மனிதனுக்கும் மனிதனுக்கும் இடையில் இருக்கவேண்டும், மனிதனுக்கும் கடவுளுக்கும் இடையில் இருக்கக் கூடாது. மேற்கண்ட எண்ணங்களால் மனிதர்களை மனிதர்களாகப் பார்த்த பௌத்த மதம் ஒன்றே உண்மையானது என்பதை உணர்ந்து அதில் இணைந்தார். இதில் சாதிவேறுபாடு இல்லை. தீண்டாமை இல்லை. இந்து மதத்தில் உள்ள முதலாளித்துவத்தையும், பிராமணியத்தையும் ஒழித்தால் சமத்துவம் ஏற்படும். இவற்றை எளிதாக ஒழிக்க இயலாது என்பதை உணர்ந்த பண்டிதர் இதற்குத் தீர்வு பௌத்தமே என்று முடிவு செய்தார்.

அசோக மன்னன் கலிங்கம் போரில் உயிர் நீத்த பல இலட்சக் கணக்கான வீரர்களைக் கண்டு மனம் மாறினார். அரசன் ஒருவனுடைய சுயநலத்திற்காகப் பலியிடுகின்ற இந்து மதக் கோட்பாட்டை எதிர்த்தார். பலிகொடுப்பது, தீண்டாமை, மக்களிடையில் ஏற்றத் தாழ்வு போன்ற அனைத்திற்கும் ஆசையே காரணம் என்று ஞானம் பெற்றார். ஆசையைத் துறந்தால் வாழ்க்கையில் இன்பம் பெறலாம் என்ற வழியைக் கண்டுபிடித்தார். இத்தகைய கோட்பாடு இந்து மதத்தில் இல்லை. கிருத்துவ மதத்திலும் இல்லை என்பதை உணர்ந்தார். பௌத்த மதத்தில் இக்கோட்பாடுகள் உள்ளன என்பதைப் பல சான்றோர்களின் வாயிலாகவும், பிக்குகளின் மூலமாகவும் கேட்டு அறிந்தார். எனவே புத்தமதம் மற்ற மதங்களைவிட சிறந்த மதம் என்று முடிவு செய்தார். புத்த மதத்தைத் தழுவினார். பிராமணர்களின் கோட்பாடுகளுக்கு எதிராகக் குரல் கொடுத்த முதல் சீர்திருத்தவாதி அசோக மன்னன் என்றால் அது மிகையாகாது. புத்த மதத்தைத் தழுவி அக்கோட்பாடுகளைக் கல்வெட்டுக்களாக வெட்டி வைத்தார். புத்த மதத்தை அரச மதமாக்கினார். உலகெங்கும் உள்ள நாடுகளில் புத்த மதத்தைப் பரப்பினார். அசோக மன்னன் இந்து மதத்தில் இருந்துகொண்டு உயிர் வதையையும், மேல்சாதி, கீழ்ச்சாதி என்ற வர்ணக் கோட்பாட்டையும் ஒழிக்க முடியாது என்பதை உணர்ந்து

பௌத்தத்திற்கு மாறினார். இதைப் போன்று அயோத்திதாசரும் இந்து மதத்தில் இருந்துகொண்டு தீண்டாமையை ஒழிக்க இயலாது என்பதை உணர்ந்து பௌத்தத்திற்கு மதம் மாறினார்.

இக்கொள்கையை இவருக்குப் பின்னர் வந்த அண்ணல் பாபாசாகிப் அம்பேத்கர் பின்பற்றினார். இந்து மதத்தில் இருந்துகொண்டு சமுதாய சமத்துவத்தை அடைய முயன்றார். இதில் தோல்வி அடைந்த காரணத்தால் பௌத்தத்திற்கு மாறினார். அம்பேத்கர் இளமைக் காலம் முதல் இந்து மதத்தின் கொடுமைகளைப் பார்த்து மனம் உடைந்தார். பலகோடி தீண்டப்படாத மக்களைப் பார்த்துத் தீண்டாமையை ஒழிக்க முடியாமல் போனதால் இயோலாவில் நடைபெற்ற மாநாட்டில் 'நான் இந்துவாகப் பிறந்துவிட்டேன், ஆனால் இந்துவாக சாக மாட்டேன்' என்று சூளுரை ஏற்றார். அந்தச் சூளுரையின் படி பௌத்தராகவே இயற்கை எய்தினார். 1956ஆம் ஆண்டு அக்டோபர் மாதம் 14 ஆம் நாள் லட்சகணக்கான மக்களை பௌத்தத்திற்கு மாற்றினார்.

மாமன்னன் அசோகன் சுமார் 2300 ஆண்டுகளுக்கு முன்பிருந்து பிராமணக் கோட்பாடுகளை எதிர்த்தார். அவரைத் தொடர்ந்து அயோத்திதாசர், பாபா சாகிப் அம்பேத்கர் போன்றவர்கள் எதிர்த்தனர். இவர்களைத் தொடர்ந்து ஈ.வே.ரா. பெரியார், திராவிடக் கழகங்கள் எதிர்த்தன. இதனால் சூத்திரர்கள், பஞ்சமர்கள் என்ற சாதிகளைச் சார்ந்தவர்களிடையில் விழிப்புணர்வை ஏற்படுத்தினர். இவர்களுக்கு முன்னோடியாகத் திகழ்ந்தவர் அயோத்திதாசர் என்பதை மறுக்க இயலாது.

2

விழாக்கள்

பறையர்களின் முக்கியமான விழாக்கள் மூன்று. குலதெய்வ வழிபாடு, ஊர்ப்பண்டிகை, மூதாதையர் வழிபாடு. தொடக்க காலத்தில் மூதாதையர் வழிபாடே முதன்மையான வழிபாடாக இருந்தது. பொருளாதார நிலையில் நலிவடைந்த காரணத்தாலும், பிறரையே நம்பி வாழ்கின்றவர்களாக இருந்ததாலும், தங்களுடைய வாழ்வாதாரத்தை மேம்படுத்த வேண்டும் என்ற எண்ணம் கொண்டவர்களாக இருந்ததாலும் அதனுடைய முக்கியத்துவம் குறைந்துவிட்டது. ஆனால் பின்னர் அவர்களுக்குப் புரியாமலேயே அதை வழிபடுகின்றனர். ஆனால் சில இடங்களில் அதனுடைய மிச்சங்கள் காணப்படுகின்றன.

ஒவ்வோர் ஆண்டும் கொண்டாடுகின்ற விழாக்களில் பொங்கல் பண்டிகை குறிப்பிடத்தக்கது. முதல் இரண்டு நாள்கள் மூதாதையர் களை வழிபடுகின்றனர். முதல் நாள் வீட்டையும், மூதாதையர்கள் அடக்கம் செய்த இடத்தையும் சுத்தம் செய்கின்றனர். அடக்கம் செய்த இடத்தில் மூதாதையர்களுக்குப் பலவகையான உணவுப் பொருள் களை வைத்து வழிபடுகின்றனர். இரண்டாம் நாள் வீட்டில் மூதாதையர்களின் நினைவாகப் படையல் வைக்கின்றனர். பூசை அறையில் நாமமும் குங்குமமும் இட்டு புது அரிசியைக் கொண்டு பொங்கல் வைத்துப் படைக்கின்றனர். மூதாதையர்களுக்குத் தளிகை போடுவது என்று இதை இவர்கள் கூறுகின்றனர். சோறு, வெல்லம், வாழைப்பழம், நெய் போன்றவற்றைக் கலந்து வாழை இலையில் வைத்துப் படைக்கின்றனர். மூதாதையர்களின் நினைவாக எடுக்கப் பட்ட புத்தாடைகளைப் படையலுடன் வைத்து வழிபடுகின்றனர்.

அன்று ஒரு நாள் உண்ணா நோன்பு இருக்கின்றனர். இவ்வாறு வழிபடுவதால் அவர்களுடைய குலம் தழைக்கும் என்று நம்பு கின்றனர். மூதாதையர்களை வழிபட்ட பின்னர்தான் மற்ற தெய்வங் களான மாரியம்மன், தேசத்து மாரியம்மன் போன்ற தெய்வங்களை வழிபட வேண்டும் என்பது முரசுப் பறையர்களிடம் காணப்படுகின்ற வழக்கம். கால்நடை வைத்திருப்பவர்கள் அதன் பின்னர் மாட்டுப் பொங்கலைக் கொண்டாடுகிறார்கள். ஆனால் கால்நடை உள்ளவர்கள், இல்லாதவர்கள் என்ற பேதம் ஏதுமின்றி மூதாதையர்களை வழிபடுகின்றனர்.

பைரவர் கோயில்

கிருஷ்ணகிரிக்கு அருகில் பெரிய ஏரி என்ற ஏரியின் மேற்குப் பகுதியில் பைரவர் கோயில் ஒன்று உள்ளது. இப்பகுதியில் உள்ள முரசுப் பறையர்கள் இதைக் குலதெய்வமாக வழிபடுகின்றனர். இக்கோயிலுக்கு அருகில் நான்கு நடுகற்கள் உள்ளன. இதை ஒரு காலத்தில் குலதெய்வமாக வழிபட்டுள்ளனர்.

நந்தனார்

சுமார் இரண்டாயிரம் ஆண்டுகளுக்கு முன்பிருந்து அதாவது வர்ணாசிரமக் கோட்பாடு வழக்கத்திற்கு வந்த பின்னர் பஞ்சமர் என்ற கீழ்ச் சாதியினர் கோயில்களில் நுழையக் கூடாது என்றும் பஞ்சமர் பெண்களோ, ஆண்களோ பிற சாதியினருடன் மணஉறவு கொள்ளக் கூடாது என்றும் தடை விதித்திருந்தனர். இதை மனுதர்ம சாத்திரம் கீழ்க்கண்டவாறு குறிப்பிடுகின்றது:

'பாதுகாப்பாக இருக்கும் இருபிறப்பாளர் வகுப்பைச் சார்ந்த பெண்ணைத் தாழ்ந்த வர்ணத்தினர் கள்ள உறவு கொண்டால் அதற்கு தண்டனையாக அவனுடைய மர்ம உறுப்பை அறுப்பது என்றும், பாதுகாப்பில்லாத பெண்ணுடன் உடலுறவு கொண்டால் அவனுடைய உறுப்புகளை எல்லாம் வெட்டுவதுடன் அவனுடைய சொத்தையும் பறிமுதல் செய்ய வேண்டும்' என்றும் மனுதர்ம சாத்திரத்தில் உள்ள 374ஆவது சூத்திரம் கூறுகின்றது. பிராமணர், சத்திரியர், வைசியர் பெண்களுடன் சூத்திரர்கள் மணஉறவு கொண்டால் இந்த தண்டனை வழங்கப்படும் என்பது இதன் விளக்கம். இவர்களுக்கே இந்த நிலை என்றால் தீண்டத்தகாதவர்கள் என்ற பஞ்சமர்களுக்கு தண்டனை இன்னும் கடுமையாக இருந்தது என்பது உண்மை. ஏறக்குறைய

ஆயிரம் ஆண்டுகளாக இதைப் போன்று பல வகையான சதிச் செயல்கள் நடைபெற்றுள்ளன. அவ்வாறு சதிச் செயலில் உயிர் நீத்தவர்களில் சிலர் இன்றுவரையில் பஞ்சமர் களின் தெய்வங்களாக வழிபடப்படு கின்றனர். நந்தனார், காத்தவராயன், மதுரைவீரன், முத்துப்பட்டன் போன்றன இன்று வரையில் புராணங்களாகவும், வில்லுப் பாடல் களாகவும் காணப்படுகின்றன.

பெரியபுராணம் கூறுகின்ற 63 நாயன்மார்களில் ஒருவர் நந்தனார் அல்லது திருநாளைப் போவார் என்பவர். இவர் பறையர் அல்லது புலையர் இனத்தைச் சார்ந்தவர். இவர் சிதம்பரம் அருகிலுள்ள திருப்புங்கூர் என்ற ஊரில் பிறந்தவர். இவர் இழிகுலத்தில் பிறந்தவர் என்பதால் இவரைக் கோயிலுக்குள் நுழைய அனுமதிக்கவில்லை. இவர் மிகப் பெரிய சிவபக்தர். சிவனைப் பற்றிப் பாடுவதும் ஆடுவதும் இவருடைய தொழில். சிவபெருமானின் மேல் அளவுக்கு அதிகமான பக்தி வந்ததால் சிதம்பரம் நடராசரைக் கண்டு வழிபட வேண்டும் என்று ஆசை கொண்டார். திருப்புங்கூரிலிருந்து சிதம்பரம் நடந்து சென்றார். சிதம்பரம் கோயிலின் உள்ளே நுழைய இயலாத காரணத்தால் ஊரையும், கோயிலையும் பலமுறை சுற்றியவாறு பாடிவந்தார். இதனால் சோர்வு ஏற்பட்டு உறங்கிவிட்டார். அவருடைய கனவில் சிவபெருமான் தோன்றினார். இப்பிறவியில் தீயில் இறங்கி இறந்த பின்னர் முப்புரிநூல் தரித்து வேதியர்களுடன் என்முன் வருவாய் என்று கூறினார். நந்தனாருக்கு மட்டும் இன்றி மூவாயிரம் தில்லைவாழ் அந்தணர்களுடைய கனவிலும் சிவன் தோன்றி இச்செய்தியைக் கூறினார். நடராசனே நேரில் வந்து கூறியதால் அந்தணர்கள் தீயிட்டனர். கோயிலின் தென்திசையில் இருந்த அத்தீயில் நந்தனார் இரண்டு கைகளையும் கூப்பியவாறு இறங்கினார். அதன் பின்னர் அவரை 'யாரும் கண்டிலர்' என்று சேக்கிழார் பெரிய புராணத்தில் குறிப்பிடுகின்றார்.

அக்காலத்தில் பஞ்சமர்கள் கோயிலுக்குள் நுழைய தகுதியற்றவர் என்பதும் தீண்டத்தகாதவர் என்பதும் இந்து தர்மம். அம்முறையை உடைத்து ஆலய பிரவேசம் செய்ய வேண்டும் என்று ஆலயத்தில் நுழைந்ததால் பிராமணர்கள் அவரைத் தீயில் தள்ளிவிட்டனர். இதை மறைக்க கடவுள் கனவில் வந்து கூறியதாகக் கதையைக் கட்டிவிட்டனர். வர்ணாசிரம தர்மத்தை நிலைநிறுத்த வேண்டும் என்று பிராமணர்கள் செய்த சதி இது என்பது வரலாற்று ஆசிரியர்களால் ஒப்புக் கொள்ளப்பட்ட உண்மை. (அருணன். 2010)

காத்தவராயன்

காத்தவராயன் திருச்சிக்கு அருகிலுள்ள குணசீலம் என்ற இடத்தில் பிறந்து வளர்ந்ததாகக் கூறப்படுகின்றது. இவன் பறையர் குலத்தைச் சார்ந்தவன். இது சுமார் 600 ஆண்டுகளுக்கு முன் நடந்ததாகக் கூறப் படுகின்றது. காத்தவராயன் மன்மதனை ஒத்தவன். நாட்டுப் புறப்பாடல்களைப் பாடுவதில் வல்லவன். இவனுடைய பாடலுக்கு மயங்காதவர்கள் யாரும் இல்லை. இசை என்பது அவனுடன் பிறந்தது. அப்பகுதியில் இருந்த பிராமணரின் பெயர் சோமாசிபட்டர். இவருக்கு ஆரியமாலா என்ற பெண் ஒருவர் இருந்தார். அவள் அழகின் மறு உருவம் என்று வர்ணிக்கப்பட்டவள். நீர் கொண்டுவர ஆற்றுக்குச் செல்லும் போது காத்தவராயனின் நாட்டுபுற இசையையும் அவனுடைய அழகையும் பார்த்து அவன் மேல் மோகம் கொண்டாள். தான் பறையன் என்று கூறியபோதும் ஆரியமாலா அதை மறுத்து அவனுடன் வாழ முற்பட்டாள். இருவரும் மணம்முடித்து வாழ்ந்து வந்தார்கள்.

சோமாசிபட்டர் இழிகுலத்தவன் என் மகளைக் கவர்ந்து சென்றுவிட்டான் என்று திருச்சி ராஜாவிடம் முறையிட்டான். காத்தவராயனை அழைத்து வந்து ராஜா முன் நிறுத்தினார்கள். ஆரிய மாலாதான் என்னுடன் வந்தாள், நான் அவளை அழைத்துச் செல்லவில்லை என்று கூறியபோதும், அதை மறுத்துக் காத்தவராயன் கழுவேற்றப்பட்டான். மனுதர்ம சாத்திரத்தின் படி பறையன் பிராமணப் பெண்ணை மணந்தால் அவனைக் கழுவேற்ற வேண்டும் என்பது இந்து தர்மம் என்று கழுவேற்றினர். வர்ணாசிரம தர்மத்தைக் காக்க பறையர் போன்ற பஞ்சமர் கழுவேற்றப்பட்டனர் என்பதை இது விளக்குகின்றது. (மேலது)

மதுரைவீரன்

மதுரைவீரன் மாதியன் என்ற சக்கிலியர் சாதியைச் சார்ந்தவன். இவனைப் பிறப்பால் சத்திரியன் என்றும் சக்கிலியர்களால் வளர்க்கப்பட்டவன் என்றும் பிற்காலத்தில் கதையை மாற்றிவிட்டனர். மதுரைவீரன் திருமலை நாயக்கர் *(1623 - 1659)* காலத்தில் வாழ்ந்தவன். இவன் பேரழகன். இதே ஊரில் பொம்மண நாயக்கன் என்பவனுக்கு பொம்மி என்ற பெண் இருந்தாள். பொம்மி வயதுக்கு வந்ததால் அவளை 30 நாள்கள் ஓலைக் குடிசையைக் கட்டி அதில் தங்கவைத்தனர். பொம்மிக்கு காவலாக மாதியான் சின்னான் என்ற மதுரைவீரனின் தந்தை இருந்தான். தந்தைக்கு உடல்நலக் குறைவு ஏற்பட்டதால்

பின்னிணைப்புகள் ❖ 129

அப்பணியை மகன் மதுரைவீரன் மேற்கொண்டான். மதுரைவீரன் காவலுக்குச் சென்ற போது மதுரைவீரனின் அழகில் மயங்கிய பொம்மி அவன் மேல் காதல்கொண்டாள். மதுரைவீரனும் பொம்மியைச் சிறையெடுத்து வேறுஇடத்தில் சென்று தங்கினான். திருமணமும் முடிந்தது. பொம்மண நாயக்கன் தன்னுடைய படையைக் கொண்டு எல்லா பகுதிகளிலும் தேடிக் கண்டுபிடித்து மதுரை வீரனுடன் சண்டை செய்தான். மதுரைவீரன் படைவீரர்களை வெட்டிச் சாய்த்தான். பொம்மண நாயக்கனையும் கொன்றுவிட்டான். மாமனாரைக் கொன்றதினால் மதுரைவீரனே தன்னுடைய கையாலே அவருக்கு இறுதிச்சடங்கைச் செய்து கொள்ளியும் வைத்தான்.

திருச்சியில் வேலை தேடி ஊருக்குள் நுழைந்தான். திருச்சியில் கள்ளர்கள் தொல்லை அதிகமாக இருந்தது. கள்ளர்களை அடக்க காவல் காக்கும் பதவி மதுரைவீரனுக்குக் கொடுக்கப்பட்டது. கள்ளர்களை வெட்டி வீழ்த்தினான். இவன் வீரம் கண்டு மதுரையில் இருந்த விஜயரங்க நாயக்கன் மதுரையில் உள்ள கள்ளர்களை அடக்க இவனை அனுப்புமாறு கேட்டான். பஞ்சமரைக் கொண்டு கள்ளர்களை அடக்க வர்ணாசிரம தர்மக் கோட்பாட்டை நிலைநிறுத்த இவர்கள் சூழ்ச்சி செய்தனர். மதுரையிலும் காவல் பொறுப்பேற்று கள்ளர்களை வெட்டி வீழ்த்தினான். கள்ளர்களைக் கருவறுத்தான் மதுரைவீரன் என்று வில்லுப்பாட்டு குறிப்பிடுகின்றது. நாயக்கர் காலத்தில் வெற்றிவாகை சூடியவர்களுக்கு கோயில் தாசிகளைக் கொண்டு ஆரத்தி எடுப்பது வழக்கம். ஆயிரம் தாசிகளில் ஒருவராக வெள்ளையம்மா என்ற தாசியைத் தேர்ந்தெடுத்தனர். இவள் மாசுபடாத பத்தினி என்றும் அழகானவள் என்றும் கூறப்படுகின்றது. மதுரைவீரன் ஆரத்தி எடுத்த தாசியின் மேல் மோகம் கொண்டான். வெள்ளையம்மா கோயில் சொத்து. இரவில் தூங்கிக் கொண்டு இருந்த போது மதுரைவீரன் தூக்கிச் சென்றான். சேவகர்கள் தடுத்து நிறுத்தினர். யார் என்று கேட்டனர். பதில் கொடுக்கவில்லை. பலமுறை கேட்டனர். வெள்ளையம்மாவும் ஒன்றும் கூறவில்லை. சேவகர்கள் மாறுகால் மாறுகை வாங்கி விட்டனர். அரசன் ஆணையில்லை. தண்டனை வழங்கப்பட்டது. யாரைக் காப்பாற்ற இக்கதை. திருச்சி மற்றும் மதுரையில் கள்ளர்களை வென்றவனை சாதாரண சேவகர்கள் மாறுகால், மாறுகை வாங்க இயலுமா. இது பிராமணர்களின் சதி.

திருமலைநாயக்கர் காலத்தில் கோயில் ஆட்சி முழுவதும் பண்டாரங்களின் கையில் இருந்தது. வெள்ளையம்மா கோயில்

சொத்து. கோயில் சொத்தான தேவதாசியைப் பஞ்சமர் குலத்தைச் சார்ந்த ஒருவன் தொட்டுவிட்டதற்காக பண்டாரம் கோபம் கொண்டு இச்செயலைச் செய்திருக்கலாம். எனவே அரசனுக்குத் தெரியாமல் மாறுகால், மாறுகை வாங்கிவிட்டனர். இங்கும் வர்ண தர்மத்திற்காக பிராமணர்கள் மதுரைவீரனைக் கொன்றனர். (மேலது)

முத்துப்பட்டன்

மூடநம்பிக்கை உள்ள நாயக்க மன்னர்களின் காலத்தில் அரண்மனை, கோயில், பாலங்கள், அணைகள் போன்றன கட்டும்போது நரபலி கொடுப்பது வழக்கமாக இருந்தது என்றும் அதற்கு இழிகுலத்தவர்கள் என்று கருதப்பட்ட சக்கிலியர்களைப் பலிகொடுத்தனர் என்றும் வானமாமலை குறிப்பிடுகின்றார். இச்செய்தி குற்றாலம் அருகில் முத்துப்பட்டன் என்ற வீரனின் வில்லுப்பாட்டாக பாடப்பட்டு வருகிறது. பிராமண இனத்தைச் சார்ந்த முத்துப்பட்டன் இளம் வயதிலேயே மல்வித்தை, சிலம்பு ஆகியவற்றில் கைத்தேர்ந்தவனாக இருந்தான். தன்னுடைய குடும்பத்துடன் சண்டை செய்துகொண்டு கொட்டாரக்கரை என்ற ஊரில் இராமராஜன் என்பவன் இடத்தில் தன்னுடைய திறமையைக் காட்டினான். இதனால் ஏராளமான செல்வங்களைப் பெற்றான்.

வாலப்பகடை என்பவர் தெலுங்கு மொழி பேசும் சக்கிலியர் குலத்தைச் சார்ந்தவன். இவனுக்கு பொம்மக்கா, திம்மக்கா என்ற இரு புதல்வியர் இருந்தனர். முத்துப்பட்டன் இவர்களின் அழகில் மயங்கினான். மேல்தட்டு வர்ணத்தவர் எங்களைத் தொடக் கூடாது என்று பெண்கள் கூறினர். மாட்டுத் தோலை அறுத்து செருப்பு செய்பவர்கள் என்று கூறினர். ஆனால் முத்துப்பட்டன் அவர்களை மணம்முடிக்க விரும்பினான். முப்புரி நூல் தரித்தவர், கொண்டை உடையவர் இவற்றைத் துறந்து வா என்று மாமனார் கூறினார். பூணூலையும் குடுமியையும் அறுத்தெறிந்தான். சக்கிலியைப் போன்று செருப்பையும் தைத்தான். அக்ரகாரத்தில் உள்ள அண்ணன்மார்கள் சாதி வெறியர்கள். முத்துப்பட்டனைக் கொன்றுவிட முயன்றனர். கூடப் பிறந்தவர்களே கொலைகாரர்கள் ஆனார்கள். தர்மத்தைக் குலைப்பவன் தம்பியே ஆனாலும் தீர்த்துக்கட்டு என்பது கிருஷ்ண பரமாத்மாவின் வழி. மகாபாரதக் கதையும் இதைத்தான் கூறுகின்றது. முத்துப்பட்டனை உயிருடன் கல்லறை ஒன்றைக் கட்டி மூடினர். ஆனால் முத்துப்பட்டன் அதிலிருந்து தப்பிவிட்டான். கோபம்

கொண்ட முத்துப்பட்டன் சந்தைக்குச் சென்று எருமைத் தோலை வாங்கிவந்து செருப்புத் தைத்து விற்றான். பொம்மக்கா, திம்மக்கா இருவரையும் திருமணம் முடித்தான். விருந்தும் நடைபெற்றது.

மாமனார் இறந்ததால் அவருடைய பசுக்கிடையை இவன் பார்க்க வேண்டியிருந்தது. ஒரு நாள் பசுக் கூட்டத்தை வன்னியர் ஓட்டிச் சென்றனர் என்று சேதி வந்தது. ஒற்றை ஆளாக வன்னியர்களை வென்றான். பசுக்களை மீட்டுத் திரும்பும் போது கத்தியை ஆற்றில் கழுவிக்கொண்டு இருந்தான். அப்பொழுது செடிகளுக்கு இடையில் ஒளிந்திருந்த சப்பாணி நொண்டி மறைந்திருந்து முத்துப்பட்டனைக் குத்தினான். முத்துப்பட்டன் அவனையும் கொன்றான். ஒரு கோழையின் கையில் பலியானோமே என்று விழுந்தான். கணவனின் பிணத்தைக் கொண்டுவந்த பொம்மக்கா, திம்மக்கா இருவரும் அந்தப் பிணத்துடன் உடன்கட்டை ஏறினர். இன்றும் அந்த முத்துப்பட்டனைத் தெய்வமாக வழிபடுகின்றனர். பாபநாசம் அருகில் முத்துப்பட்டனின் கோயில் உள்ளது. இங்கு இன்றும் வழிபாடு நடைபெறுகின்றது. (மேலது)

கி.பி.12ஆம் நூற்றாண்டில் கோயில் பிரவேசம் செய்த நந்தனாரைத் தீயில் தள்ளிவிட்டனர். பஞ்சமரை சமாதானம் செய்ய 63 நாயன்மார்களில் ஒருவராக நந்தனாரை மாற்றிவிட்டனர். காத்தவராயன், மதுரை வீரன் ஆகிய இருவரும் உயர்சாதிப் பெண்களை மணந்ததால் அவர்களைக் கழுவேற்றினர். முத்துப்பட்டன் கதையில் பஞ்சமர் பெண்கள் என்பதால் அவர்களையும் கொன்றுவிட்டனர். பிராமணர்கள் வர்ணாசிரம தர்மத்தைப் பாதுகாக்க மேற்கண்ட கொலைகளைச் செய்தனர். இவை வில்லுப்பாட்டாகவும், திரைப்படமாகவும் வெளி வந்துள்ளன. பின்னர் மற்றவர்கள் நம்புமாறு இதை மாற்றி எழுதிவிட்டனர்.

3

கல்யாணப் பாடல்கள்

பாடல் தொகுப்பு: மு. முனிராசு, மூங்கம்பட்டி

1. சோபன பாடல்

சோபத்து சோபான, சோபத்து சோபான
எண்னோறு மனமிந்த ஏனேனு கண்ட ... சோபத்து சோபான
அசிசப்ரவின கண்ட ... சோபத்து சோபான
அன்னெரடு கம்பவ கண்ட ... சோபத்து சோபான
அன்னெரடு கும்பவ கண்ட ... சோபத்து சோபான
அத்து சபையோரக் கண்ட ... சோபத்து சோபான
தேவாதி தேவருகள கண்ட ... சோபத்து சோபான

சோபத்து சோபான, சோபத்து சோபான
மதிவி மணமிந்த ஏனேனு கண்ட ... சோபத்து சோபான
அசி சப்ரவின கண்ட, அசிசப்பரதாக அன்னெரடு கம்பகள கண்ட ...சோபத்து சோபான
அன்னெரடு கம்பவாக அரசானிக் கொம்ப கண்ட ...சோபத்து சோபான
அரசானிக் கொம்பாக அரிசின பட்டாக கங்கண கட்ட கண்ட ... சோபத்து சோபான
தேவாதி தேவரு கண்ட, சூரிய சந்தரன கண்ட ... சோபத்து சோபான
அன்னெரடு ஜோதின கண்ட ... சோபத்து சோபான
பாமைக்களைக் கண்ட, பாவி கெட்ட மேல கூத்துக் கொண்டு, ... சோபத்து சோபான
அண்ணா கொடுதீனி இந்தான, தம்ம கொடுதில்ல இந்தான ... சோபத்து சோபான

யெண்ணு கொடுதில்ல இந்தல, ஜாத்தியாக பின்னவேனுகண்ட
... சோபத்து சோபான

கொலதாக குத்தவேனு கண்டய்யா
...சோபத்துசோபான

கொலதாக குத்தவில்லை, உட்டித மனையாக குத்தக் கண்டே
... சோபத்து சோபான

யெண்ணு கொடுவுக்கு ஏனேனு சொத்து அத
... சோபத்து சோபான

மூங்கனட்டி கெரக் கெலக முன்னூறு கண்டக பெல கண்ட
... சோபத்து சோபான

தெங்காய் தோப்பு கண்ட, தோப்பாக தோண்டித பாவி கண்ட
... சோபத்து சோபான

மாமரத் தோப்பு கண்ட, தோப்புக் கொந்து மனைய கண்ட
... சோபத்து சோபான

மாலகரு கொலவாக மதிவாகு கண்டு கண்ட
... சோபத்து சோபான

ஆனையூரு குலவாக ரதி மாதிரி யெண்ணு கண்ட
... சோபத்து சோபான

மதிவி மனையாக ஓச யெண்ணு கண்டு கண்ட
... சோபத்து சோபான

2. நலுங்கு வைக்கும் போது பாடும் பாடல்

நுண்ணங்க தலதூபி, நுண்ணங்க தலதூபி,
நூட்டி ஒக்க ஜடலேசி, நூட்டி ஒக்க ஜடலேசி
ஜாதிக்கொகு மல்லி சேச்சி ஜடல முடிச்சி,
நிலுசுண்டே தௌசம்மா நீகாராத்தி
ஜெயமங்கல இராம சுப மங்கல
பசுரி பாமிணி கோட்டி, பசுரி பாமிணி கோட்டி
பசுவண்ணனுக்கு மெடசுட்டி, பசுவண்ணனுக்கு மெடசுட்டி
நிலுசுண்டே தொளசம்ம நீகாராத்தி
ஜெயமங்கல இராம சுப மங்கல
திப்பல நிலபேட்டி, திப்பாக நிலபேட்டி
திப்பகாக திகதேசி, திப்பகாக திகதேசி
நிலுசுண்டே தௌசம்மா நீகாராத்தி
ஜெயமங்கல இராம சுப மங்கல.

3. செண்டாட பாரம்மா

மல்லிகை தோட்டக்கோகி, மல்லிகை தோட்டக்கோகி
மல்லிக ஊவ தந்து, ஊவ முடியன பாரம்மா
கங்கத கௌரி, செண்டு ஆடான பாரம்மா

சாமந்தி தோட்டக்கோகி, சாமந்தி தோட்டக்கோகி
சாமந்தி ஊவ தந்து, ஊவ முடியன பாரம்மா
கங்கத கௌரி, செண்டு ஆடான பாரம்மா

சம்பங்கி தோட்டக்கோகி, சம்பங்கி தோட்டக்கோகி
சம்பங்கி ஊவ தந்து, ஊவ முடியன பாரம்மா
கங்கத கௌரி, செண்டு ஆடானா பாரம்மா

கிச்சிலிய தோட்டக்கோகி, கிச்சிலிய தோட்டக்கோகி,
கிச்சிலிய அன்னு தந்து அன்னான தின்னான பாரம்மா
கங்கத கௌரி, செண்டு ஆடான பாரம்மா
பாலய தோட்டக்கோகி, பாலய தோட்டக்கோகி
பாலய அன்னு தந்து அன்னான தின்னான பாரம்மா
கங்கத கௌரி, செண்டு ஆடான பாரம்மா

சேவேய தோட்டக்கோகி, சேவேய தோட்டக்கோகி
சேவேய அன்னு தந்து அன்னான தின்னான பாரம்மா
கங்கத கௌரி, செண்டு ஆடான பாரம்மா

திராட்சைய தோட்டக்கோகி, திராட்சைய தோட்டக்கோகி
திராட்சைய அன்னு தந்து அன்னான தின்னான பாரம்மா
கங்கத கௌரி, செண்டு ஆடான பாரம்மா

4. மாத்தாட பாரதலி

குண்டு மல்லிகை நீனு, குண்டு மல்லிகை நீனு
கோத்து முடியலு நானு மாத்தாட பாரதலி
ஸ்ரீ அரி கௌரி மாத்தாட பாரதலி
மாத்தாட தீதாரே நாதாலேலாரோனு
மாத்தாட தீதாரே நாதாலேலாரோனு
மாத்தாட பாரதலே, மாத்தாட பாரதலி
ஸ்ரீ அரி கௌரி மாத்தாட பாரதலி

சூசி மல்லிகை நீனு, சூசி மல்லிகை நீனு
சுத்தி முடியல நானு மாத்தாட பாரேதலி
ஸ்ரீ அரி கௌரி மாத்தாட பாரேதலி

மாத்தாட தீதாரே நாதாலேலாரோனு
மாத்தாட தீதாரே நாதாலேலாரோனு
மாத்தாட பாரதலே, மாத்தாட பாரதலி
ஶ்ரீ அரி கௌரி மாத்தாட பாரேதலி

தாலேகரியலு நீனு, தாலேகரியலு நீனு
ஜடைய முடியனு நானு மாத்தாட பாரதலி
ஶ்ரீ அரி கௌரி மாத்தாட பாரேதலி

பொட்டு மஞ்சவ நீனு, பொட்டு மஞ்சவ நீனு
நெத்திலே மடுகுவே நானு மாத்தாட பாரேதலே
ஶ்ரீ அரி கௌரி மாத்தாட பாரேதலி

வீணே தம்புரியோ நீனு, வீணே தம்புரியோ நீனு
மேலாகி மீட்டுவேனு மாத்தாட பாரேதலே
ஶ்ரீ அரி கௌரி மாத்தாட பாரேதலி

மாத்தாட தீதாரே நாதாலேலாரோனு
மாத்தாட தீதாரே நாதாலேலாரோனு
மாத்தாட பாரதலே, மாத்தாட பாரதலி
ஶ்ரீ அரி கௌரி மாத்தாட பாரேதலி

5. ஆரத்தி எடுக்கும் பாடல்

ஆரத்தி எத்தித நாரிலேல சீத்த தேவிக்கே
ஆரத்தி எத்தித நாரிலேல சீத்த தேவிக்கே
அதிநால்கு லோக ஆளுவந்த ஶ்ரீராம செந்தையே

மருத மல்லிகை சால சம்பங்கி ஜவன முடிதுளே
மருத மல்லிகை சால சம்பங்கி ஜவன முடிதுளே
அதிநால்கு லோக ஆளுவந்த ஶ்ரீராம செந்தையே
முக்கினல்லி நீட்டலம்மா முத்தின ஜாடிகே
முக்கினல்லி நீட்டலம்மா முத்தின ஜாடிகே
அவலு சூரி சந்திர முத்தித பொட்டு நிறல சோகிது

ஆரத்தி எத்தித நாரிலேல சீத்த தேவிக்கே
அதிநால்கு லோக ஆளுவந்த ஶ்ரீராம செந்தையே

நின்னத்த உடுகி கஸ்தூரி திலக கண்ண கபிகளு
நின்னத்த உடுகி கஸ்தூரி திலக கண்ண கபிகளு
மருத மல்லிகை சால சம்பங்கி ஜவன முடிதுளே
மருத மல்லிகை சால சம்பங்கி ஜவன முடிதுளே

அதிநால்கு லோக ஆளுவந்த ஸ்ரீராம செந்தையே

எத்திரே நவராத்தின ராத்தரே பரது சங்கன ராணிக்கே
மூருலோகக்கி ஆரத்தி பெலகி ஆதிலச்சுமிய தேவிக்கே
ஆறுலோகக்கி ஆர்த்தி பெலகித தீரசந்திரன ராணிக்கே

எத்திதலா ஆரத்தியோ சீத்தம்மா நினக்கு பெலகித ஆரத்தியோ
எத்திதே ஆரத்தி முத்தைய்தறு அல்லரு சேரி
எத்திதே ஆரத்தி முத்தைய்தறு அல்லரு சேரி
எத்தித ஆரத்தியோ சீத்தம்மா நீக்கு பெலகித ஆரத்தியோ

6. சோபான பாடல்

ஏதந்த மகளுந்னு தொடை மேலே குளிக்கொண்டு இத்தாளே ஜடைய எணியுத சோபானவே, இந்தாளே ஜடைய எணியுத சோபானவே

இத்தாளே ஜடைய எணியுத
இன்னேனுமகளேனெனவதேசோபானவே
இன்னேனு மகளே னெனுவதே சோபானவே

பாலே மைனரது பகளல்லி குடித்தாவுளே பாக்கால கெளவுளி நோடிதவு சோபானவே, பாக்கால்லி கெளவுளி நோடிதவு சோபானவே,

பாக்கால கெளவுளி ஏனுந்து நோடிதவு பாலே அண்னெரடு பல உண்டு சோபானவே, பாலே அண்னெரடு பல உண்டு சோபானவே,

இஸ்திரி மைனரது இலதல்லி தொலதவளே இத்தாள கெளவுளி நோடிதவே சோபானவே, இத்தாள கெளவுளி நோடிதவே சோபானவே,

ஈத்தாள கெளவுளி ஏனிந்த நோடிதவே இஸ்திரி அண்னெரடுபல உண்டு சோபானவே, இஸ்திரி அண்னெரடுபல உண்டு சோபானவே

ஏரி நன்னதேரி ஏரிசின்னதேரி ஏரியிந்த கெலக எலதோட்ட சோபானவே

ஏரியிந்த கெலக எலதோட்டவே சோபானவே

ஏரியிந்த கெலக எலதோட்ட தல்லி இருவான எசலு மல்லிகை பிடுதாமி சோபானவே, எசலு மல்லிகை பிடுதாமி சோபானவே

எசுலு மல்லிகை பிடிதி தொட்டே கட்டி வசகேவச்சிக கொலுசாமி சோபானவே

எசகே ஒச்சிக கொலுசாமி சோபானவே

ஆன ஊனந்து அறவத்து ரவ கொட்டு அவரே நானு அவரே கரக்கொண்டு சோபனவே, அவரே நானு அவரு கரக்கொண்டு சோபனவே

அவரே நானு அவரு கரக்கொண்டு ஒகுவாக எட்டாமன துக்ககாண காகவே சோபனவே, எட்டாமன துக்ககாண வதுவே சோபனவே,

தும்ப ஊவங்கி தொம்பத்து ரவ கொட்டு அவரே நானு அவரு கரகொண்டு சோபானவே, அவரே நானு அவரு கரகொண்டு சோபானவே,

அவரே நானு அவரு கரகொண்டு ஒகுவாக படுதாமன துக்ககான மதுவே சோபானவே, படுதாமன துக்ககான மதுவே சோபானவே,

7. பெண்வீட்டுப் பந்தல்

தணவலதல்லி முத்தான சாலக்கி இராசாத்தி சிங்கார ராமதேவிகே இராசாத்தி மேலே மதிவிகே பருதாத்லே, எண்னோரு மனமிந்தே ஏனேனு சிங்கார

எண்னோறு மனமிந்தே ஏனேனு சிங்கார,அசிசப்ரவே அலங்காரவே

அசிசப்ரவே அலங்காரவே மனமிந்தே, சன்ன மணலட்டி சரிகட்டன

சன்ன மணலட்டி சரிகட்டன மனமிந்தே, ஈஸ்பரேனே பந்து இளுதவனே

ஈஸ்பரேனே பந்து இளுதவனே மனமிந்தே, சகாதேவனேசருதவனே

சகாதேவனே சருதவனே மனமிந்தே, அசிபெல்லங்கே அடிகோட

அசிபெல்லங்கே அடிகோட மனமிந்தே, பச்சே சேலாக்கி கமகம

பச்சே சேலாக்கி கமகம நீர்காசி இந்த மகலிககே

இந்த மன்னவ மகலிக நீரொய்து, சேலே ஒல்லிது

சேல ஒல்லிது செறகில்லா நாமன்னா யெண்ணு ஒல்லிது பலனில்லா

யெண்ணு ஒல்லிது குணமல்ல நாமன்னா இய் யெண்ணு நமகே

தரவில்லை

மேல இடியோனே மெல்லாதலனே ஈமேல நமகே தரவில்ல
தோலு ஒய்யுனே தொண்ணே வாட்டுனே ஈதோளு நமுகு
 தரவில்ல
கலச இடியோனே காமனே மகதோளே ஈகலச நமகே தரவில்ல
உத்தன மரதல்லி முத்தன சாளாக்கி இராசத்தி சிங்கார மதிவிகே
இராசாத்தி மேலே மதிவிக்கே பருத்தாலே
எண்ணோரு மனமிந்மே ஏணேணு சிங்காரா

உசாத்துணை

அயோத்திதாசப் பண்டிதர், 1930. நந்தன் சரித்திர தந்திரம், கோலார் தங்கவயல்: சித்தார்த்தர் அச்சுக்கூடம்.

_______.1950. அரிச்சந்திரன் பொய்கள், கோலார் தங்கவயல், சித்தார்த்தர் அச்சுக்கூடம்.

_______.2010. அயோத்திதாசரின் ஆய்வுகள் 1, 2. சென்னை: தமிழ்க் குடி அரசுப் பதிப்பகம்.

அருணன், 2010. கொலைக் களங்களின் வாக்குமூலம், நந்தன், காத்தவராயன், மதுரைவீரன், முத்துப்பட்டன், மதுரை: வசந்தம்

இராசா, எம். சி. 1925. ஒடுக்கப்பட்ட இந்துக்கள், சென்னை: ஆக்சிலியன் அச்சகம். ப. 25-30.

கருணா மனோகரன், 2006. ஆரியர் , திராவிடர், தமிழர், சென்னை: நியுசெஞ்சுரி புக்அவுஸ்.

கிட்டினசாமி, க.1982. கொங்கு வேளாளர் மாநில மாநாடு ஆராய்ச்சி சிறப்பு மலர். கோயம்புத்துர்: மலர்க்குழு.

கமலநாதன், தி. பெ. தலித் விடுதலையும் திராவிடர் இயக்கமும், மறைக்கப்படும் உண்மைகளும் கறைபடிந்த அத்தியாயங்களும், தமிழில் ஆ. சுந்தரம், எழுத்து, மதுரை-2009.

கோபால் செட்டியார், 1920. ஆதிதிராவிடர்களின் பூர்வீகச் சரித்திரம், சென்னை: தமிழ்க் குடி அரசுப் பதிப்பகம்.

கைலாசபதி, க. 1978. பண்டையத் தமிழர் வாழ்வும் வழிபாடும், சென்னை: மக்கள் வெளியீடு.

சார்லஸ் ஆலன், 2012. பேரரசன் அசோகன்: மறக்கப்பட்ட மாமன்னனின் வரலாறு, தமிழாக்கம், தருமி, பொள்ளாச்சி: எதிர் வெளியீடு.

சிவதம்பி, க. 1971. (மூ.ஆ).நா.வானமாமலை (மொ.ஆ), திணைக் கோட்பாட்டின் சமூக அடிப்படைகள், ஆராய்ச்சி, 3, 2.

சீத்தாராம குருமூர்த்தி, 2007. கிருஷ்ணகிரி மாவட்டக் கல்வெட்டுகள், சென்னை: தமிழ் நாடு அரசு தொல்பொருள் ஆய்வுத்துறை.

_____. 2007. ஈரோடு மாவட்டக் கல்வெட்டுக்கள், சென்னை: வாழ்க்கை, ஆராய்ச்சி, இதழ், 22.

சுப்பிரமணியன், முனைவர் தி. 2015. தொல்லியல் நோக்கில் குறுமன்ஸ் பழங்குடி. தருமபுரி: அதியமான் சமூக வரலாற்று ஆய்வு மையம்.

_____.2016. சென்னை. தொல்பழங்காலம், நியு செஞ்சுரி புக் அவுஸ்.

_____. 2009. தமிழகத் தொல்லியலும் வரலாறும் (தகடூர்ப் பகுதி) நியு செஞ்சுரி புக் ஹவுஸ், சென்னை.

தங்கவேலு, முனைவர் கோ. 2010. தமிழகத் தேசிய உணர்வின் முன்னோடி தமிழன், அயோத்திதாசப் பண்டிதர், சென்னை: தமிழ்க் குடி அரசுப் பதிபகம்.

திலகவதி, 2005. கோடை உமிழும் குரல், ச. பிலவேந்திரன், தமிழ்ச் சொல்லாடலும் மானிடவியல் விவாதங்களும், சென்னை: அம்ருதா.

தேவி பிரசாத் சட்டோபாத்தியாயா, 2009. மதமும் சமூகமும், தமிழாக்கம், இரா. சிசுபாலன், சென்னை: என்சிபிஎச்.

நக்கீரன், 2006. சோதிடப் புரட்டு, சென்னை: பெரியார் திராவிடக் கழகம்.

நாகசாமி, இரா. 1975. தருமபுரி கல்வெட்டுகள்,முதல் தொகுதி, சென்னை: தமிழ்நாடு அரசு தொல்பொருள் ஆய்வுத்துறை.

_____.செங்கம் நடுகற்கள், 1971. சென்னை: தமிழ்நாடு அரசு தொல்பொருள் ஆய்வுத்துறை.

பக்தவத்சல பாரதி, 2013. வரலாற்று மானிடவியல், புத்தாநத்தம்: அடையாளம்.

_____.2015. பாணர் இனவரைவியல், புத்தாநத்தம்: அடையாளம்.

_____. 2002. தமிழர் மானிடவியல், புத்தாநத்தம்: அடையாளம்.

மாதையன், பெ. 2004. சங்ககால இனக்குழுச் சமுதாயம் அரசு உருவாக்கம், சென்னை: பாவை பப்ளிகேசன்.

ராகுல் சாங்கிருத்தியாயன், 2011. ரிக்வேத கால ஆரியர்கள், தமிழாக்கம், எ.ஜி. எதிராஜலு, சென்னை: என்சிபிஎச்.

வானமாமலை, ந. நாட்டுப்புற இலக்கியங்கள், சென்னை: என்சிபிஎச்.

_____.பழந்தமிழ் இலக்கியத்தில் பொருள்முதல்வாதக் கருத்துக்கள், ஆராய்ச்சி, 2: 9.

வீரமணி. கீ. 2011. *அசல் மனுதர்ம சாஸ்திரங்கள், 1919 பதிப்பில் உள்ளபடி*, சென்னை: திராவிடர் கழக வெளியீடு.

ஜீவானந்தம் வெ. 2000. *திப்பு, விடுதலைப் போரின் முன்னோடி*, சென்னை: பாவை பப்ளிகேசன்ஸ்.

ஜா. டி. என். 2011. *பசுவின் புனிதம், தமிழில் வெ. கோவிந்தசாமி*, சென்னை: பாரதி புத்தகாலயம்.

Aloysius, G. 2015. *Iyothee Thassar & Tamil Buddhist Movement*, New Delhi: Critical Quest.

Burton Stein, *The New Cambridge History of India: Vijayanagara* p. 81, Cambridge University Press, 1989. England.

Chattopadhyaya, Debiprasad, 1981. *Lokayata: A Study in Ancient Indian Materialism*, Fifth edition. New Delhi: People Publication House.

Dorai Rangaswamy, M.A., 1968. *The Surnames of the Cankam Age: Literary and Tribal*, Madras: University of Madras.

Frazer, J.G., Edited by Theodo H. Gaster 1959, *The New Golden Bough: A New abridgement of the Classic Work*. London: Criterion.

Gopalachari, K. 1976. *Early History of Andhra Country*, University of Madras. Second edition.

Rice. B.L., Edited by Hayavadana Rao. C., 1930. *Mysore Gazetteer*. Bangalore: Government Press.

The Government press.

Hopkins, E.W., 1907. 'The Buddhistic Rule Against Eating Meat', *Journal of American Oriental Society,* Vol. XXVII.

Jha, D.N. 2001. *The Myth of the Holy Cow*, New Delhi: Matrix Books.

Louis Dumont, 1986. *A South Indian Subcaste: Social Organization and Religion of the Pramalai Kallar*, translated from French by M. Moffatt and L. morton and A. Morton, New York: Oxford University Press.

Louis Dumont, 1980. *Homo Hierarchicus The Caste System and Its Implications*, translated from French by Mark Sainsbury, Louis Dumont and Basia Gulati; New Delhi: Oxford University Press.

Morgan, L.H., Edited by L. A. White. 1964. Ancient Society. Cambridge: Belknap Press of Harvard University.

Rajavelu,S. 2001. *Migration of Brahmins to Tamilnadu under the*

Pallavas, Kaveri studies in Epigraphy, Archaeology and History. Chennai: Panpaattu veliyiittakam.

Thurston, E., 1909. Caste and Tribes of Southern India, Vol- IV, New Delhi: Cosmo.

Tylor, B. Edward, 1871. *Primitive Culture*, London: John Murry, Vol. I & II.

๛

குறிப்புகள்